The Best V
for the Japanese-Language
Proficiency Test N4

林富美子
Fumiko Hayashi

ミニストーリーで覚える
日本語能力試験
ベスト単語
合格1200

Learn using mini stories to
make your studying more fun
and efficient!

ミニストーリーで覚える
JLPT 日本語能力試験ベスト単語 N4 合格 1200
The Best Vocabulary Builder for the Japanese-Language Proficiency Test N4

2022 年 6 月 5 日　初版発行

著　者：林富美子
発行者：伊藤秀樹
発行所：株式会社 ジャパンタイムズ出版
　　　　〒102-0082　東京都千代田区一番町 2-2　一番町第二 TG ビル 2F
　　　　電話（050)3646-9500（出版営業部）
ISBN978-4-7890-1809-8

Copyright © 2022 by Fumiko Hayashi

All rights reserved. No part of this publication may be reproduced, stored in a retrieval system, or transmitted in any form or by any means, electronic, mechanical, photocopying, recording, or otherwise, without the prior written permission of the publisher.

First edition: June 2022

Narrators: Shogo Nakamura, Marin and Mai Tanaka
Recordings: Studio Glad Co., Ltd.
Translations: EXIM International, Inc. (English) / Yu Nagira (Chinese) / Nguyen Do An Nhien (Vietnamese)
Illustrations: Yuko Ikari
Layout design and typesetting: guild
Cover design: Shohei Oguchi + Tsukasa Goto (tobufune)
Printing: Koho Co., Ltd.

Published by The Japan Times Publishing, Ltd.
2F Ichibancho Daini TG Bldg., 2-2 Ichibancho, Chiyoda-ku, Tokyo 102-0082, Japan
Phone: 050-3646-9500
Website: https://jtpublishing.co.jp

ISBN978-4-7890-1809-8

Printed in Japan

この本を使う方へ
ほん つか かた

For Users of This Book
致使用此书的各位读者
Gửi các bạn sử dụng quyển sách này

本書について

　この本は、日本語能力試験 N4 レベルの単語を学習するためのものです。初級後半レベルの単語を覚えたい方、会話を聞いたり読んだりしながら単語を学びたい方を想定して作りました。

　本書では、本編とコラムを合わせて約 1,200 の単語を扱います。初級教科書や公式問題集を参考に語彙リストを作成し、日常生活でよく使う語も追加しました。

　本書全体は場所を表す 13 のトピックに分かれています。日本のそこかしこで人々が身近な人と交わす会話、その「小さなストーリー」の中で単語を学べるようになっています。

　トピックは、表現が易しいのものから難しいものへと緩やかに並んでいますので、N4 の勉強に入ったばかりの人は最初のトピックから始めるといいでしょう。付属の赤シートを使うと、単語や漢字表記を隠すことができます。音声はアプリなどで聞けます。ぜひ、シャドーイングやリピートをして発音練習してください。

　本書が、基本的な単語を習得し、語を使う力を伸ばしたいと願う皆さまのお役に立てば幸いです

2022 年 6 月　著者

About This Book

This book is intended to help users learn vocabulary appearing at level N4 of the Japanese Language Proficiency Test (JLPT). It is particularly designed for those who wish to study advanced beginning vocabulary, and those who prefer to master vocabulary through the processes of listening to conversations and reading text.

This book presents 1,200 vocabulary terms in the body text and side columns. These include lists of words selected with reference to elementary textbooks and official exercise books, as well as commonly used words drawn from everyday life.

The material is divided into thirteen place-related topics. Words are studied in the context of snapshots of life in Japan— in the form of snippets of conversations between family members, friends, and acquaintances that take place in various settings.

The target expressions gently progress in difficulty with each subsequent topic, so those who are new to level N4 should start from the first topic and work their way up. The accompanying red plastic sheet can be used to hide the vocabulary terms and kanji during study. The audio material can be listened to using an appropriate audio app. Please use it to practice pronunciation through shadowing or repeating.

We hope that this resource will be of good use to all Japanese language learners who wish to master basic words and build their vocabulary power.

关于此书

这本书主要为学习日本语能力测试 N4 等级的单词而生。内容以想要学习初级后半等级的人，又或者想要边听会话边记单词的人而制定。

此书的本篇和专栏加起来，总共包含了 1,200 个单词。我们参考初级课本及官方例题集，编纂单词目录后，又添加了日常生活中的常见单词。

此书被分为 13 个主题场景。以日本人的视角参考日本人和身边的人们交流的对话，从而通过各种「小故事」来进行单词学习。

主题表现也是按部就班，循序渐进。能够让刚学习 N4 的人也能够从第一个主题开始，由浅入深的学习。还可以使用随附的红塑料片来帮助您背单词和汉字。使用 APP 后，也能够听到音声。您可以重复使用 APP 进行「影子跟读法」练习发音。

希望此书能够助您一臂之力，不仅可以学习到基本单词，并提升，丰富词汇能力。

Giới thiệu về quyển sách này

Quyển sách này dùng để học từ vựng cấp độ N4 Kỳ thi Năng lực tiếng Nhật. Chúng tôi đã biên soạn với ý định dành cho các bạn muốn ghi nhớ từ vựng ở giai đoạn sau của trình độ sơ cấp, và các bạn muốn vừa nghe, đọc hội thoại vừa ghi nhớ từ vựng.

Quyển sách này có 1.200 từ vựng ở cả phần nội dung chính và mục ghi nhớ. Chúng tôi đã tham khảo sách giáo khoa sơ cấp, tập đề thi JLPT chính thức để soạn thảo danh sách từ vựng, bổ sung cả những từ thường dùng trong đời sống hằng ngày.

Toàn bộ sách được chia thành 13 chủ đề thể hiện các nơi chốn. Từ đó các bạn có thể học từ vựng thông qua những đoạn hội thoại trao đổi với những người xung quanh ở khắp Nhật Bản, thông qua những "câu chuyện nhỏ" đó.

Các chủ đề được sắp xếp nhẹ nhàng với các cách diễn đạt từ dễ đến khó nên người mới bắt đầu học N4 có thể bắt đầu học từ chủ đề đầu tiên. Bạn cũng có thể sử dụng tấm bìa đỏ kèm theo sách để che các từ vựng và cách ghi Kanji. Phần âm thanh thì bạn có thể nghe qua ứng dụng v.v. Các bạn nhất định hãy luyện tập phát âm bằng cách bắt chước hoặc lặp lại nhé.

Chúng tôi rất mong quyển sách này sẽ có ích cho các bạn muốn học các từ vựng cơ bản và phát triển năng lực sử dụng từ ngữ tiếng Nhật.

この本の使い方①

How to Use This Book / 此书的使用方法 / Cách sử dụng quyển sách này

● **単語番号** Vocabulary number
单词号码
Số thứ tự của từ vựng

● **トラック番号** Track number
音档号码
Số track tệp âm thanh

A：今日は、どんな髪型になさいますか。
B：あまり変えないで、このぐらい切りたいんですけど。
A：3センチぐらいですね。

163 **かみがた** 髪型
   名 hairstyle / 发型 / kiểu tóc

164 ⊖ **ヘアスタイル**
   名 hairstyle / 发型 / kiểu tóc

165 **かえる** 変える
   動2他 change / 改变 / thay đổi

166 **このぐらい**
   副 this much / 差不多这样 / khoảng chừng này

167 **〜センチ(メートル)**
   接尾 〜 centimeters / 厘米(米) / 〜 cm (m)

A: What sort of hairstyle would you like today? B: I'd like for you to cut about this much without changing my hairstyle much. A: About three centimeters, right? / A: 今天想剪什么样的发型呢？ B: 我想剪掉差不多这样，不用改变太多。 A: 那差不多3厘米左右。/ A: Hôm nay chị sẽ làm kiểu tóc nào ạ? B: Tôi muốn không thay đổi gì nhiều, cắt khoảng chừng này thôi. A: Khoảng 3cm ạ.

=	似ている意味の単語	words with similar meanings / 近义词 / từ đồng nghĩa
↔	反対の意味の単語	words with the opposite meaning / 反义词 / từ trái nghĩa
＋	一緒に覚えてほしい単語	additional words you should learn / 希望一起学习的单词 / từ nên nhớ cùng với nhau

品詞(ひんし)
Parts of speech / 品词 / Từ loại

名	名詞(めいし)	noun / 名词 / danh từ
イ	イ形容詞(けいようし)	*i*-adjective / イ形容词 / tính từ loại I
ナ	ナ形容詞(けいようし)	*na*-adjective / ナ形容词 / tính từ loại Na
動	動詞(どうし)	verb / 动词 / động từ
動2他	グループ2の他動詞(たどうし)	group 2 transitive verbs / 群组2的他动词 / tha động từ nhóm 2
動1自	グループ1の自動詞(じどうし)	group 1 intransitive verbs / 群组1的自动词 / tự động từ nhóm 1
副	副詞(ふくし)	adverb / 副词 / phó từ
助	助詞(じょし)	particle / 助词 / trợ từ
感	感動詞(かんどうし)	interjection / 感叹词 / từ cảm thán
接続	接続詞(せつぞくし)	conjunction / 接续词 / từ nối
連	連体詞(れんたいし)	adnominal adjective / 连体词 / liên thể từ
接頭	接頭語(せっとうご)	prefix / 接头词 / tiếp đầu ngữ
接尾	接尾語(せつびご)	suffix / 接尾词 / tiếp vị ngữ
句	句(く)	phrase / 句子 / câu, cụm từ

＊本書(ほんしょ)では、本文(ほんぶん)の単語(たんご)と「覚(おぼ)えよう」の単語(たんご)を合(あ)わせて約(やく)1200語(ご)を掲載(けいさい)しています。

This book features main vocabulary and Memorize These Words, for a total of 1,200 vocabulary words. / 此书的本篇内文和「要记住」中，共记载了1200个单词。 / Tổng số từ vựng trong nội dung chính và từ vựng trong "Hãy ghi nhớ" của quyển sách này khoảng 1.200 từ.

この本の使い方②

How to Use This Book / 此书的使用方法 / Cách sử dụng quyển sách này

> 🔊 33
>
> A：このレストラン、<u>洋食</u>が有名なんですよ。
> B：へえ。洋食って、<u>ハンバーグ</u><u>とか</u>ですか。
> A：ええ。ここは１８７５年から＿＿＿＿いるそうですよ。
>
> 121 ようしょく　洋食
> □　名　Western cuisine /
>
> 122 ハンバーグ
> □　名
>
> 123 ～とか
> □　助
>
> 124 やる
> □　動1他
>
> A: This restaurant is famous for its Western cuisine. B: Oh? By Western cuisine, do you mean things like Hamburg steaks? A: Yeah. This place has been in business since 1875. / A: 这个餐厅的西餐很有名哦。 B: 是哦。西餐就是汉堡排那些对吧？ A: 是的。听说这里从1875年就开始营业了。 / A: Cái nhà hàng này nổi tiếng với món Tây đó. B: Chà, món Tây như là thịt bò chiên áp chảo này nọ à? A: Ờ, nghe nói ở đây mở cửa từ năm 1875 đó.

付属の赤シートを使えば、ページ内の赤字が隠れます。
You can hide red text by covering it with the accompanying red plastic sheet. / 使用附带的红塑料片可以隐藏课文里的红字。 / Nếu sử dụng tấm bìa màu đỏ kèm theo, có thể che các chữ đỏ trong trang sách.

まず、付属の音声を本を見ないで聞いてみましょう。その後、会話と単語を本で見て確認してください。音声と一緒に発音するのもおすすめです（シャドーイング）。

The first time that you listen to the audio material, try not looking at the text in the book. After listening, go over the corresponding conversations and words in the book. Another recommended form of practice is shadowing, where you try to simultaneously echo the recording as you listen. / 使用本书附带音档（需要下载）时，请务必先练习不看课文听讲。听完音档后再看课文里的对话和单词。也推荐您可以复读音档来学习发音（影子跟读法）。/ Trước tiên, hãy thử nghe tệp âm thanh kèm theo mà không nhìn sách. Sau đó, hãy xem sách để kiểm tra các đoạn hội thoại và từ vựng. Chúng tôi cũng khuyến khích các bạn phát âm cùng với tệp âm thanh (bắt chước (shadowing)).

ページを開いたら、単語の部分だけを赤シートで隠してみてください。会話を読んで、意味が不確かな単語があれば、赤シートを外して単語の意味を確認しましょう。

After opening a page, use the red plastic sheet to hide just the vocabulary section, and then read the conversation. If you encounter an unfamiliar word, remove the red sheet and check the word's meaning. / 打开课本后，您可以用红塑料片来遮挡课文。读后有不懂的地方，再移开红塑料片来确认意思。 / Hãy thử che phần từ vựng bằng tấm bìa đỏ sau khi mở sách. Đọc hội thoại, nếu có từ không rõ nghĩa, hãy bỏ tấm bìa đỏ ra để kiểm tra ý nghĩa của từ vựng.

会話と単語を全て赤シートで隠すと、単語の漢字が一切見えなくなって、漢字の手がかりをなくすことができます。平仮名の単語を見て、会話に入れて声に出して読んでみましょう。単語の意味と形を考えて入れてください。

By covering both the conversation and the vocabulary section with the red sheet, you can also hide the kanji used in each vocabulary word, and thus will not be able to use the kanji as clues. In this case, you look at the words in hiragana and insert them in the conversation as you practice reading it aloud. To figure out where to insert the words, think about their meaning and form. / 用红塑料片把对话和单词都遮挡住后，单词的汉字会完全看不见，能够让您无法猜测汉字。您可以看平假名的单词然后进入到对话中，发声读出来。再理解单词的意思和形状填入。 / Khi che tất cả hội thoại và từ vựng bằng tấm bìa đỏ, các bạn sẽ hoàn toàn không thấy được chữ Kanji trong từ vựng nên có thể làm mất manh mối của chữ Kanji. Hãy thử nhìn từ vựng chữ Hiragana, đưa vào phần hội thoại để đọc thành tiếng. Hãy suy nghĩ ý nghĩa và hình thức của từ để đưa vào.

もくじ

Contents / 目录 / Mục lục

この本を使う方へ······3
For Users of This Book / 致使用此书的各位读者 / Gửi các bạn sử dụng quyển sách này

本書について······4
About This Book / 关于此书 / Giới thiệu về quyển sách này

この本の使い方······8
How to Use This Book / 本书的使用方法 / Cách sử dụng quyển sách này

音声ダウンロード方法······14
How to Download the Audio Files / 有声下载方法 / Cách tải tệp âm thanh

---

Topic 1 家・寮······15
At Home & the Dorm / 家・宿舎 / Nhà cửa - Ký túc xá

Topic 2 店······29
Shops & Restaurants / 商店 / Cửa tiệm

Topic 3 学校······45
School & University / 学校 / Trường học

Topic 4 町······63
Around Town / 城市 / Phố xá

Topic 5 病院······75
At the Hospital / 医院 / Bệnh viện

Topic 6 駅······85
At the Train Station / 车站 / Nhà ga

| Topic 7 | 観光地 | 95 |

かんこうち
Sightseeing / 观光地 / Điểm du lịch

| Topic 8 | 山・海 | 111 |

やま うみ
The Mountains & the Sea / 山，海 / Núi - Biển

| Topic 9 | 公園 | 121 |

こうえん
At the Park / 公园 / Công viên

| Topic 10 | ジム・グラウンド | 129 |

At the Gym & on the Field / 健身房・运动场 / Phòng Gym - Sân vận động

| Topic 11 | 訪問先 | 143 |

ほうもんさき
Visiting Destination / 拜访 / Nơi thăm viếng

| Topic 12 | インターネット | 153 |

The Internet / 互联网 / Internet

| Topic 13 | 職場 | 163 |

しょくば
At Work / 职场 / Nơi làm việc

ふろく ……… 185

Appendix / 附录 / Phụ lục

索引 ……… 200

さくいん
Index / 索引 / Mục lục tra cứu

音声ダウンロード方法
おんせい　　　　　　　　　　　　　　　　ほうほう

How to Download the Audio Files / 有声下载方法 / Cách tải tệp âm thanh

本書の音声は、以下３つの方法でダウンロード／再生することができます。すべて無料です。
ほんしょ　おんせい　　いか　　　　　　ほうほう　　　　　　　　　　　　　　さいせい　　　　　　　　　　　　　　むりょう

The audio files for this book can be downloaded/listened to free of charge in the following three ways.
此书的有声音档可以使用以下3种方法下载/播放。完全免费。
Bạn có thể tải / mở tệp âm thanh của quyển sách này bằng 3 cách sau. Tất cả đều miễn phí.

① アプリ「OTO Navi」でダウンロード

Download them on the OTO Navi app / 下载「OTO Navi」APP / Tải bằng ứng dụng "OTO Navi"

右のコードを読み取って、ジャパンタイムズ出版の「OTO Navi」をスマートフォンやタブレットにインストールし、音声をダウンロードしてください。
みぎ　　　　　　　　よ　と　　　　　　　　　　　　　　　しゅっぱん
　　　
おんせい

Scan the QR code to the right to download and install the Japan Times Publishing's OTO Navi app to your smartphone or tablet. Then, use that to download the audio files. / 使用手机或平板扫描右方二维码，就能够安装The Japan Times出版的「OTO Navi」APP，下载有声音档。／ Vui lòng đọc mã QR bên phải, cài đặt "OTO Navi" của NXB Japan Times vào điện thoại thông minh hoặc máy tính bằng để tải tệp âm thanh.

② ジャパンタイムズ出版のウェブサイトからダウンロード
しゅっぱん

Download them from the Japan Times Bookclub / 在The Japan Times出版的官方网站下载 / Tải từ trang chủ của NXB Japan Times

パソコンで以下のURLにアクセスして、mp3ファイルをダウンロードしてください。
　　　　　　いか

Access the site below using your computer and download the mp3 files. / 使用电脑访问以下链接，下载MP3档。／ Vui lòng truy cập vào đường dẫn URL sau bằng máy tính để tải tệp mp3 xuống.

https://bookclub.japantimes.co.jp/jp/book/b605750.html

③ YouTube で再生
　　　　　　　　さいせい

Play them on YouTube / 使用YouTube播放 / Mở bằng YouTube

YouTubeにアクセスして、「ジャパンタイムズ出版　ベスト単語　N4」で検索してください。
　　　　　　　　　　　　　　　　　　　　　　　しゅっぱん　　　　　　たんご
けんさく

Search for "ジャパンタイムズ出版　ベスト単語　N4" on YouTube. / 直接访问YouTube网站，搜寻「ジャパンタイムズ出版　ベスト単語　N4」。／ Vui lòng truy cập vào YouTube rồi tìm kiếm bằng "ジャパンタイムズ出版　ベスト単語　N4".

Topic 1

家・寮
いえ　りょう

At Home & the Dorm / 家・宿舍 / Nhà cửa - Ký túc xá

No. 1-86

Topic 1 ●家・寮(いえ・りょう)

🔊 1

A：行ってらっしゃい。何時ごろ帰る？
B：6時すぎに帰るよ。行ってきます。

1 いってらっしゃい　行ってらっしゃい
　句 Have a nice day / 慢走 / Em đi nhé

2 ～すぎ
　接尾 past ~ / ~多 / ~ hơn, quá ~

3 いってきます　行ってきます
　句 See you later / 我出门了 / Em đi đây

A: Have a nice day. Around what time will you be back? B: I'll be back after six. See you later. / A: 慢走。几点左右会回来？ B: 差不多6点多回来。我出门了。 / A: Em đi nhé. Khoảng mấy giờ về? B: 6 giờ hơn là em về. Em đi đây.

🔊 2

A：そのお皿取ってくれる？
B：どれ？
A：その茶色くて薄いの。

4 （お）さら　（お）皿
　名 plate / 盘子 / đĩa, dĩa

5 ちゃいろい　茶色い
　イ brown / 咖啡色 / nâu

6 ➕ ちゃいろ　茶色
　名 brown / 咖啡色 / màu nâu

7 うすい　薄い
　イ thin / 薄 / mỏng, nhạt, lạt

A: Could you hand me that plate? B: Which one? A: That thin brown one. / A: 可以帮我拿那个盘子吗？ B: 哪个？ A: 那个咖啡色，比较薄的盘子。 / A: Lấy giúp tôi cái đĩa đó với. B: Cái nào? A: Cái nâu, mỏng.

🔊 3

A：外、すごく寒いですよ。上着着ていったほうがいいですよ。
B：そうですか。じゃ、コート着ます。

8 すごく
　副 really / 很 / cực, rất, siêu

9 うわぎ　上着
　名 coat, outerwear / 外套 / áo khoác

10 コート
　名 coat / 大衣 / áo choàng

A: It's really cold outside. You should put on a coat. B: It is? Well, I'll put on a coat, then. / A: 外面很冷哦。还是穿上外套比较好吧。 B: 这样呀。那我穿大衣。 / A: Bên ngoài, cực lạnh đấy. Nên mặc áo khoác rồi hẳng đi. B: Thế à? Vậy em sẽ mặc áo choàng.

🔊 4

A：目玉焼きに、何をかけて食べますか。
B：私は、ケチャップが好きです。
C：私はしょうゆですね。

11 めだまやき　目玉焼き
　名 fried egg / 荷包蛋 / trứng ốp-la

12 かける
　動2他 put on / 加 / xịt, chan, rắc

13 ケチャップ
　名 ketchup / 番茄酱 / tương cà

14 しょうゆ
　名 soy sauce / 酱油 / nước tương

A: Do you put anything on your fried eggs? B: I like ketchup on them. C: I put soy sauce on mine. / A: 荷包蛋你们都加什么吃呢？ B: 我喜欢加番茄酱。 C: 我是酱油。 / A: Bạn xịt cái gì lên trứng ốp-la để ăn vậy? B: Tôi thích tương cà. C: Tôi thì thích nước tương.

17

Topic 1 ● 家・寮(いえ・りょう)

🔊 5

> A：うちの押し入れには、物がいっぱい入っています。
> B：「押し入れ」って、何ですか。
> A：ええと、日本の家の、クローゼットです。

15 おしいれ　押し入れ
名 Japanese-style closet / 壁橱 / tủ tường

16 もの　物
名 things / 东西 / đồ đạc

17 いっぱい
副 full, many / 好多 / nhiều, đầy

18 はいる　入る
動1自 be inside / 在里面 / có

19 クローゼット
名 closet / 衣橱 / tủ đồ

A: Our *oshiire* are full of things. B: What's an *oshiire*? A: Umm, it's a closet in Japanese homes. / A: 我们家的壁橱里有好多东西在里面。 B: 壁橱是什么？ A: 嗯…就是日本家里的衣橱。 / A: Tủ âm tường nhà tôi nhiều đồ đạc quá. B: "Tủ âm tường" là gì vậy? A: Àa, là tủ đồ trong nhà Nhật.

🔊 6

> うちの娘は漫画が大好きで、本棚は上から下まで漫画です。

20 むすめ　娘
名 daughter / 女儿 / con gái

21 まんが　漫画
名 comics / 漫画书 / truyện tranh

22 ほんだな　本棚
名 bookshelf / 书架 / kệ sách

Our daughter loves comics. Her bookshelf is filled with comics from top to bottom. / 我女儿很喜欢漫画书，书架从上到下都是漫画书。 / Con gái tôi rất thích truyện tranh, kệ sách từ trên xuống dưới toàn truyện tranh.

🔊 7

A：ちょっと寒いなあ…。
B：エアコン、1度上げましょうか。
A：あ、お願いします。

23 エアコン
[名] air conditioner / 空调 / (máy) điều hòa

24 あげる　上げる
[動2他] turn up / 调高 / (làm) tăng lên

25 おねがいします　お願いします
[句] please (do that) / 麻烦了 / cảm ơn, vui lòng

A: It's a little cold. B: Shall I turn up the air conditioner by one degree? A: Yes, please. / A: 有点冷耶…。 B: 我把空调调高一度吧。 A: 啊，麻烦你了 / A: Hơi lạnh nhỉ ... B: Tôi tăng điều hòa lên 1 độ nhé. A: Vâng, cảm ơn anh.

🔊 8

A：今日の夕飯、何食べたい？
B：なんでもいいよ。
A：じゃあ、焼き魚と野菜炒めだったら、どっちがいい？

26 ゆうはん　夕飯
[名] dinner / 晚饭 / cơm tối

27 なんでも
[副] anything / 随便 / cái gì cũng

28 やきざかな　焼き魚
[名] grilled fish / 烤鱼 / cá chiên

29 やさいいため　野菜炒め
[名] stir-fried veggies / 炒青菜 / rau xào

A: What do you want to eat for dinner today? B: Anything's fine. A: Well, if the choice is grilled fish or stir-fried veggies, which would you like? / A: 今天的晚饭你想吃什么？ B: 随便都可以。 A: 那烤鱼跟炒青菜，你想吃哪个？ / A: Cơm tối nay, anh muốn ăn gì? B: Cái gì cũng được. A: Vậy cá chiên và rau xào, anh thích món nào?

Topic 1 ●家・寮
いえ・りょう

◀)) 9

A：コーヒー入れるけど、飲む？
B：うん、飲みたい。
A：お湯沸かすから、ちょっと待ってね。

30 いれる　入れる
- 動2他 make / 泡 / pha, cho vào

31 （お）ゆ　（お）湯
- 名 hot water / 热水 / nước sôi

32 わかす　沸かす
- 動1他 boil / 烧 / nấu, đun

A: I'm going to make some coffee. Want a cup? B: Yeah, I would. A: I'll boil the water now, so please wait a bit. / A: 我要泡咖啡，你要喝吗？ B: 嗯，我也想喝。 A: 我先烧热水，你等一下哦。 / A: Chị pha cà phê đây, em uống không? B: Vâng, em muốn uống. A: Để chị đun nước sôi đã, chờ chút nhé.

◀)) 10

A：ただいま。
B：お帰りなさい。
A：おなかすいた！ご飯、何？
B：今日はてんぷらだよ。

33 ただいま
- 句 I'm home / 我回来了 / Thưa... mới về

34 おかえり（なさい）　お帰り（なさい）
- 句 Welcome back / 欢迎回家 / Về rồi đấy à

35 てんぷら
- 名 tempura / 天妇罗 / tempura (món tôm, rau v.v. tẩm bột chiên)

A: I'm home. B: Welcome back. A: I'm hungry! What's for dinner? A: We're having tempura today. / A: 我回来了。 B: 欢迎回家。 A: 肚子好饿！吃什么？ B: 今天吃天妇罗。 / A: Thưa bố con mới về. B: Về rồi đấy à. A: Con đói bụng quá! Cơm gì vậy bố? B: Hôm nay là món tempura đấy.

🔊 11

A：充電器、どこにある？
B：スマホの充電器？引き出しの中だよ。
A：あ、あった。

36 じゅうでんき　充電器
　　名 charger / 充电器 / đồ sạc, cục sạc

37 スマホ／スマートフォン
　　名 smartphone / 手机 / điện thoại thông minh

38 ひきだし　引き出し
　　名 drawer / 抽屉 / ngăn kéo

A: Where's the charger? B: The smartphone charger? It's in the drawer. A: Oh, here it is. / A: 充电器在哪里？ B: 手机的充电器？在抽屉里面 A: 啊，有了。 / A: Đồ sạc ở đâu vậy bố? B: Đồ sạc điện thoại thông minh hả? Trong ngăn kéo đấy. A: À, có rồi.

🔊 12

A：宿題やったの？
B：まだ。この番組見終わったら、やる。
A：あしたの朝は起こさないからね。

39 やる
　　動1他 do / 做 / làm

40 ばんぐみ　番組
　　名 show, program / 节目 / chương trình

41 ～おわる　～終わる
　　動1他 finish ~ing / ~完 / ~ xong

42 おこす　起こす
　　動1他 wake (someone) up / 叫 / đánh thức

A: Did you do your homework? B: Not yet. I'll do it after I finish watching this show. A: I'm not going to wake you up tomorrow morning, you know. / A: 做作业没？ B: 还没，我看完这个节目就做。 A: 明天早上我不叫你哦。 / A: Làm bài tập rồi hả? B: Chưa, xem xong chương trình này con sẽ làm. A: Sáng mai mẹ không đánh thức đâu nhé.

Topic 1 ● 家・寮　いえ・りょう

Topic 1 ●家・寮(いえ・りょう)

🔊 13

A：クリスマスの料理(りょうり)、何(なに)にしようか。
B：そうだねえ。焼(や)いた チキンと、いちごのケーキと…。
A：いいね。

43 クリスマス
名 Christmas / 圣诞节 / giáng sinh, Noel

44 する
動3他 have, choose / 决定 / quyết định, làm

45 やく　焼く
動1他 roast / 烤 / nướng

46 チキン
名 chicken / 鸡 / gà / thịt gà

47 いちご
名 strawberry / 草莓 / dâu

48 ケーキ
名 cake / 蛋糕 / bánh kem

A: What shall we have for Christmas dinner? B: Hmm. Roast chicken, strawberry cake, and . . . A: Sounds good. / A: 圣诞节的料理，决定要吃什么了吗？ B: 我想想看，吃烤鸡和草莓蛋糕还有… A: 真不错。 / A: Quyết định món gì cho giáng sinh đây? B: Xem nào… Gà nướng và bánh kem dâu với… A: Được đấy chứ.

🔊 14

A：この洗濯機(せんたくき)、どうやって使(つか)うの？
B：ここに洗剤(せんざい)を入(い)れて、閉(し)めて…。
A：うん。
B：このボタンを押(お)すと水(みず)が出(で)るから、そうしたら、「スタート」を押(お)すの。

49 せんたくき　洗濯機
名 washer / 洗衣机 / máy giặt

50 しめる　閉める
動2他 close / 关上 / đóng lại

51 でる　出る
動2自 flow / 出 / chảy ra, xuất hiện

52 そうしたら
接続 then / 然后 / xong rồi, làm thế rồi

A: How do you use this washer? B: Pour the detergent in here and close it. A: Okay. B: Pressing this button starts the water to flow, so then press Start. / A: 这个洗衣机要怎么用？ B: 把洗衣液放进这里，关上… A: 嗯。 B: 按这个按钮后就会出水，然后再按「开始」键。 / A: Cái máy giặt này, xài thế nào nhỉ? B: Cho bột giặt vào đây, đóng lại …A: Ừm. B: Bấm nút này thì nước chảy ra nên xong rồi thì bấm nút "Bắt đầu" thôi.

🔊 15

A：あ！電気が<u>消えた</u>！
B：停電だね。大丈夫？
A：うん。<u>懐中電灯</u>、<u>玄関</u>にあるから取ってくる。
B：気をつけて。ゆっくりね。

53 きえる　消える
動2自 (lights, etc.) go out / 灭了 / tắt, cúp

54 かいちゅうでんとう　懐中電灯
名 flashlight / 手电筒 / đèn pin

55 げんかん　玄関
名 foyer, entrance / 玄关 / lối vào

A: Oh! The lights have gone out! B: It's a blackout. Are you okay? A: Yeah. The flashlight is in the foyer. I'll get it. B: Be careful. Move slowly, okay? / A: 啊！电灯灭了！ B: 是停电。没事吧？ A: 嗯。手电筒在玄关那里，我去拿。 B: 小心一点，慢点哦。 / A: Á! Đèn tắt rồi! B: Cúp điện rồi. Em có sao không? A: Ừm, có cái đèn pin ở lối vào, để em đi lấy. B: Cẩn thận đấy, từ từ thôi.

Topic 1 ●家・寮
いえ りょう

🔊 16

A：Bさん、荷物が届いてるよ。
B：あ、ありがとう。ネットで、服買ったんだ。
A：へえ。何買ったの?
B：ワンピース。春の服が欲しくて。

56 とどく　届く
動1自 (packages, etc.) arrive, be delivered / 寄来了 / (gửi) đến

57 (インター)ネット
名 online, Internet / 网上 / mạng, internet

58 へえ
感 Oh? / 是哦 / Ố!, Chà!

59 ワンピース
名 dress / 洋装 / đầm liền

A: B-san, a package has arrived for you. B: Oh, thanks. I bought some clothes online. A: Oh? What did you get? B: A dress. I wanted something to wear in the spring. / A: B小姐，有包裹寄来了哦。 B: 啊，谢谢你。我在网上买了衣服呢。 A: 是哦。买了什么? B: 洋装。我想要春季的衣服。 / A: Chị B ơi, có hàng gửi đến đấy. A: A, cảm ơn em. Là áo chị mua trên mạng. A: Ố, chị mua gì vậy? B: Cái đầm liền. Tại chị muốn có đồ mùa xuân.

🔊 17

A：クッキーって、バターどのぐらい使う?
B：100グラムくらいかな。40枚なら。

60 クッキー
名 cookie / 曲奇 / bánh qui

61 バター
名 butter / 牛油 / bơ

62 ～グラム
接尾 ~ grams / ～克 / ~ gam

A: How much butter is used to make cookies? B: Around 100 grams, if you're making 40 cookies. / A: 曲奇要用多少牛油? B: 如果是40片的话，大概100克左右吧。 / A: Bánh qui thì mình dùng bao nhiêu bơ hả mẹ? B: Chắc khoảng 100 gam. Nếu làm 40 cái.

🔊 18

A：Bさん、昨日は遅くまで起きてましたね。
B：ええ。眠れなかったんです。朝、変な夢も見ました。

63 おそくまで　遅くまで
副 (until) late / 到很晚 / đến khuya

64 ねむる　眠る
動1自 sleep / 睡 / ngủ

65 ゆめ　夢
名 dream / 梦 / giấc mơ

A: B-san, you were up late last night, weren't you? B: Yeah. I couldn't sleep. I had a weird dream this morning. / A: B小姐，昨天你到很晚都醒着。B: 嗯。我睡不着。早上还做了奇怪的梦。/ A: B này, hôm qua em thức đến khuya nhỉ. B: Vâng, em không ngủ được chị ạ. Lúc sáng, em nằm mơ giấc mơ kỳ lạ lắm.

🔊 19

A：この人形、ちょっと汚れてるね。
B：うん。せっけんで洗えるかな？
A：洗えると思うよ。

66 にんぎょう　人形
名 doll / 玩偶 / búp bê

67 よごれる　汚れる
動2自 become dirty / 脏 / bẩn / dơ

68 せっけん
名 soap / 肥皂 / xà phòng

69 おもう　思う
動1他 think / 觉得 / nghĩ

A: This doll is a little dirty, huh? B: Yeah. I wonder if I can wash it with soap. A: I think you can. / A: 这个玩偶有点脏。B: 嗯，可以用肥皂洗吗？ A: 我觉得应该可以。 / A: Con búp bê này hơi bẩn nhỉ. B: Ừm, giặt bằng xà phòng được không bố? B: Bố nghĩ là được đấy.

Topic 1 ●家・寮
いえ りょう

🔊 20

A：じゃ、みんなで掃除しましょう。
B：私は掃除機をかけます。
C：私は、ごみ箱のごみを捨てます。
D：じゃあ、私は、あの棚を片付けますね。

70 そうじき　掃除機
名 vacuum cleaner / 吸尘器 / máy hút bụi

71 ごみばこ　ごみ箱
名 wastebasket / 垃圾桶 / thùng rác

72 ごみ
名 trash / 垃圾 / rác

73 すてる　捨てる
動2他 throw out / 丢掉 / đổ, vứt, bỏ

74 たな　棚
名 shelf / 柜子 / cái kệ

75 かたづける　片付ける
動2他 tidy up / 整理 / dọn dẹp

A: All right, let's all clean up this place. B: I'll use the vacuum cleaner. C: I'll throw out the trash in the wastebasket. D: Well, then, I'll tidy up those shelves. / A: 那大家一起来打扫吧。B: 我来用吸尘器吸尘。 C: 我去丢垃圾桶里的垃圾。 D: 那我来整理那个柜子。 / A: Nào, mọi người cùng quét dọn thôi. B: Tôi sẽ hút bụi. C: Còn tôi thì đổ rác trong thùng. D: Vậy tôi sẽ dọn dẹp cái kệ kia nhé.

🔊 21

A：電気代が6000円、ガス代が3000円、ええと、水道代とネット代は…。
B：生活するのって、お金がいりますね。
A：本当ですね。

76 ～だい　～代
接尾 ~ bill, ~ fee / ~费 / tiền ~

77 ガス
名 gas / 瓦斯 / gas

78 すいどう　水道
名 water (supply) / 自来水 / nước (máy)

79 せいかつ[する]　生活[する]
名 **動3自** (everyday) life, get by in life / 生活[过生活] / [sống] cuộc sống, sinh hoạt

A: The electric bill is 6,000 yen, the gas bill is 3,000 yen, umm, the water bill and Internet access fee are . . . B: It takes money to get by in life. A: It sure does. / A: 电费6000日元，瓦斯费3000日元，呃…，自来水费和网络费是…。 B: 过生活真的需要好多钱哦。 A: 真的是。 / A: Tiền điện 6000 yên, tiền gas 3000 yên, rồi còn tiền nước, tiền internet… B: Để sống thì cần tiền nhỉ. B: Thật ấy chứ.

🔊 22

A：暑い。冷房、つけてもいいですか。
　　　あつ　　れいぼう
B：どうぞ。
A：あれ…？ あったかい。
B：暖房になっていませんか。
　　だんぼう

80 れいぼう　冷房
名 air conditioner (cooling system) / 冷气 / máy lạnh

81 あったかい
イ warm [casual expression] / 暖，热（「あたたかい」的非正式表达方式）/ ấm (cách nói thân mật của "あたたかい")

82 だんぼう　暖房
名 heater / 暖气 / máy sưởi

A: It's hot. Can I turn on the air conditioner? B: Sure. A: What? The air is warm. B: Is it set to the heater? / A: 好热哦。我可以开冷气吗？ B: 请。 A: 诶…? 是热的。 B: 会不会是设置成暖气？ / A: Nóng quá, tôi mở máy lạnh được không? B: Cứ tự nhiên. A: Ủa..? Ấm vậy ta. B: Cậu không mở máy sưởi đấy chứ?

Topic 1 ●家・寮(いえ・りょう)

◀) 23

A:Bさんは、いつも朝(あさ)ご飯(はん)に何(なに)を食(た)べますか。
B:私(わたし)は、<u>バナナ</u>だけです。Aさんは?
A:私(わたし)は、<u>サラダ</u>と、<u>納豆(なっとう)</u>ご飯(はん)です。
B:<u>体(からだ)によさ</u>そうですね。

83 バナナ
   名 banana / 香蕉 / chuối

84 サラダ
   名 salad / 沙拉 / salad

85 なっとう　納豆
   名 natto (fermented soybeans) / 纳豆 / natto (đậu nành lên men)

86 からだにいい　体にいい
   イ healthy / 对身体好 / tốt cho sức khỏe

A: B-san, what do you always eat for breakfast? B: I eat just a banana. What about you? A: I have a salad and some rice with natto on it. B: That sounds healthy. / A: B先生，你平常都吃什么样的早饭呢？ B: 我只吃香蕉，A小姐呢？ A: 我吃沙拉还有纳豆拌饭。 B: 好像对身体很好。 / A: Anh B thường ăn gì vào buổi sáng? B: Tôi chỉ ăn chuối. Còn A? A: Tôi ăn salad với cơm natto. B: Có vẻ tốt cho sức khỏe nhỉ.

Topic 2

店
みせ

Shops & Restaurants / 商店 / Cửa tiệm

No. 87-186

Topic 2 ● 店(みせ)

🔊 24

A：すみません。ウイスキーの売り場はどこでしょうか。
B：地下１階です。
A：あ、地下１階ですね。どうも。

---

87 ウイスキー
　名 whiskey / 威士忌 / rượu whisky

88 うりば　売り場
　名 section (of a store) / 卖场 / quầy bán

89 ちか　地下
　名 basement, underground / 地下 / dưới lòng đất

A: Excuse me. Where's the whiskey section? B: It's on the first floor of the basement. A: Oh, the first floor of the basement. Thanks. / A: 不好意思，请问威士忌的卖场在哪里？ B: 在地下1楼。 A: 啊，在地下1楼呀。谢谢。 / A: Xin lỗi, quầy bán rượu whisky ở đâu? B: Tầng 1 dưới lòng đất ạ. A: À, tầng 1 dưới lòng đất nhỉ. Cảm ơn.

🔊 25

A：お支払いは。
B：あ、カードで。
A：はい。メッセージが出ましたら、暗証番号をお願いします。

---

90 （お）しはらい　（お）支払い
　名 payment / 付款方式 / thanh toán

91 カード
　名 credit card, card / 卡，信用卡 / thẻ tín dụng, thẻ

92 メッセージ
　名 message / 讯息 / thông điệp

93 あんしょうばんごう　暗証番号
　名 PIN / 密码 / mật khẩu

A: How will you pay for it? B: By card. A: Okay. After the message appears, please enter your PIN. / A: 请问付款方式？ B: 啊，刷卡。 A: 好的。等显示讯息后请输入密码。 / A: Anh thanh toán bằng gì ạ? B: À, bằng thẻ. A: Vâng, nếu có thông điệp hiện ra thì vui lòng bấm mật khẩu.

🔊 26

A：あの、これって、<u>アルコール</u>ですか。
B：はい、そちらは、お酒です。
A：そうですか…。じゃ、すみませんが、<u>返品したい</u>んですが。
B：あ、はい、<u>かしこまりました</u>。

94 アルコール
　名 alcohol / 酒 / đồ uống có cồn

95 へんぴん[する]　返品[する]
　名 動3他 return, return (an item) / 退货[退货] / trả hàng, trả lại

96 かしこまりました
　句 Certainly / 明白了 / Tôi hiểu rồi

A: Umm, is this alcohol? B: Yes, that's alcohol. A: Oh. In that case, I'm sorry, but I'd like to return this. B: Yes, certainly. / A: 请问，这是酒吗？ B: 是的，这是酒。 A: 这样呀…那不好意思，我想退货。 B: 啊，好的，我明白了。 / A: Xin lỗi, cái này là đồ uống có cồn ạ? B: Vâng, đó là rượu ạ. A: Vậy à…? Vậy xin lỗi nhưng cho tôi trả hàng lại. B: À vâng, tôi hiểu rồi.

🔊 27

A：わあ、たくさん<u>並んで</u>いますね。
B：この<u>ラーメン</u>屋、すごくおいしいですよ。
A：そうですか。じゃ、<u>今度</u>来てみます。

97 ならぶ　並ぶ
　動1自 line up / 排 / xếp hàng

98 ラーメン
　名 ramen / 拉面 / mì ramen

99 こんど　今度
　名 副 another time, next time / 下次 / lần tới

A: Wow, there are many people lined up, huh? B: This ramen restaurant has very good food. A: It does? Well, let's come again another time. / A: 哇！好多人在排哦。 B: 这家拉面店很好吃哦。 A: 这样呀。那下次我也来吃吃看。 / A: Ôi, đông người xếp hàng quá nhỉ. B: Tiệm mì ramen này ngon cực đấy. A: Thế à? Vậy lần tới tôi sẽ đến thử.

Topic 2 ● 店(みせ)

🔊 28

A：いらっしゃいませ。
B：すみません。腕時計(うでどけい)のベルトが壊(こわ)れちゃったんですけど…。
A：ああ、ここですね。
B：直(なお)りますか。
A：ええ、大丈夫(だいじょうぶ)ですよ。

---

100 いらっしゃいませ
　　[句] Welcome / 欢迎光临 / Kính chào quí khách

---

101 うでどけい　腕時計
　　[名] (wrist)watch / 手表 / đồng hồ đeo tay

---

102 こわれる　壊れる
　　[動2自] break / 坏了 / bị hỏng / hư

---

103 なおる　直る
　　[動1自] be fixed / 修好 / sửa được, lành

A: Welcome. B: Excuse me, but my watch strap is broken. A: Ah, here, right? B: Can it be fixed? A: Yes, we can fix it. / A: 欢迎光临。 B: 对不起，我手表的表带坏掉了…。 A: 啊~是这里呀。B: 修得好吗？ A: 可以，没问题的。 / A: Kính chào quí khách. B: Xin lỗi, dây đồng hồ đeo tay của tôi bị hỏng mất rồi… A: À, chỗ này nhỉ. B: Sửa được không anh? A: Vâng, được chứ.

🔊 29

A：あ、もしもし。予約(よやく)をしたいんですが。
B：はい、ありがとうございます。いつのご予約(よやく)でしょうか。
A：土曜日(どようび)です。
B：はい、6日(むいか)土曜日(どようび)ですね。何名様(なんめいさま)ですか。
A：4人(よにん)です。
B：コース料理(りょうり)になさいますか。
A：いえ、席(せき)だけで、お願(ねが)いします。

---

104 よやく［する］　予約［する］
　　[名][動3他] reservation, make a reservation / 预约[预定] / đặt trước, sự đặt trước

105 ～めいさま　～名様
接尾 ~ people / ～位 / ~ người

106 コース(りょうり)　コース(料理)
名 course (meal) / 套餐（料理）/ (món ăn) bữa ăn nhiều món định sẵn

107 なさる
動1他 have, choose [honorific form of する] / 决定（「する」的尊敬语）/ quyết định, làm (từ kính ngữ của "する")

108 せき　席
名 table, seat / 位, 座位 / chỗ, ghế ngồi

A: Hello. I'd like to make a reservation. B: Thank you. When would you like your reservation? A: This Saturday. B: Okay, Saturday the 6th. How many will be in your party? A: Four. B: Will you have a course meal? A: No, I just want to reserve a table, please. / A: 啊，喂～。我想要预约。B: 是的，非常感谢。请问要预约什么时候。 A: 周六。B: 是，周六，六号。请问几位呢？ A: 4个人。B: 请问要套餐料理吗？ A: 不用。先订位就好。/ A: Alô, tôi muốn đặt bàn trước. B: Vâng, cảm ơn quí khách, chị đặt khi nào ạ? A: Thứ bảy. B: Vâng, thứ bảy ngày 6 ạ. Bao nhiêu người ạ? A: 4 người. B: Chị chọn bữa ăn nhiều món định sẵn hay sao ạ? B: Không, chỉ đặt chỗ thôi.

🔊 30

A：お客さん、お釣り忘れてますよ！
B：あっ、すみません。ありがとうございます。

109 おきゃくさん　お客さん
名 [polite expression for addressing/referring to a customer, guest] / (尊称客人时使用单词) / quí khách

110 ➕ きゃく　客
名 customer, guest / 客人 / khách

111 ➕ おきゃくさま　お客様
名 [more polite expression for addressing/referring to a customer, guest] / 称呼客人时最尊敬的表达方式 / quí khách (cách nói lịch sự của "お客さん")

112 おつり　お釣り
名 change / 找钱 / tiền thối

113 わすれる　忘れる
動2他 forget / 忘记 / quên

A: Ma'am, you forgot your change! B: Oh, sorry. Thank you! / A: 客人，您忘记拿找钱了哦！B: 啊，对不起。谢谢！/ A: Quí khách, chị quên tiền thối ạ! B: À, xin lỗi. Cảm ơn anh!

Topic 2 ● 店(みせ)

🔊 31

A：すみません。この指輪(ゆびわ)を買(か)いたいんですけど。
B：ありがとうございます。プレゼントですか。
A：ええ。
B：大(おお)きさは、どのぐらいでしょうか。

114 ゆびわ　指輪
　　[名] ring / 戒指 / nhẫn

115 プレゼント[する]
　　[名] [動3他] present, give a present / 礼物[送礼] / tặng quà, quà tặng

116 おおきさ　大きさ
　　[名] size / 大小 / độ lớn, kích cỡ

A: Excuse me. I'd like to buy this ring. B: Thank you. Is it a present? A: Yes. B: What size do you want? / A: 不好意思，我想买这枚戒指。 B: 谢谢。请问是送礼吗？ A: 是的。 B: 大概多大？ / A: Xin lỗi, tôi muốn mua chiếc nhẫn này. B: Cảm ơn anh. Anh dùng làm quà tặng à? A: Vâng. B: Độ lớn khoảng chừng nào ạ?

🔊 32

A：あー！うまい！
B：ここのビール、よく冷(ひ)えてるね！

117 うまい
　　[イ] great, tasty / 好喝 / ngon, giỏi

118 ビール
　　[名] beer / 啤酒 / bia

119 よく
　　[副] very / 真 / nhiều, tốt, thường

120 ひえる　冷える
　　[動2自] to be chilled / 冰 / lạnh

A: Oh! This is great! B: This beer is ice-cold, isn't it? / A: 啊～！好喝！ B: 这里的啤酒真冰呀！ / A: Ôi! Ngon quá! B: Bia này lạnh nhiều nhỉ!

🔊 33

A：このレストラン、<u>洋食</u>が有名なんですよ。
　　　　　　　　ようしょく　　ゆうめい

B：へえ。洋食って、<u>ハンバーグ</u><u>とか</u>ですか。
　　　　ようしょく

A：ええ。ここは１８７５年から<u>やって</u>いるそうですよ。
　　　　　　せんはっぴゃくななじゅうごねん

121 ようしょく　洋食
名 Western cuisine / 西餐 / món Tây

122 ハンバーグ
名 Hamburg steak / 汉堡排 / thịt bò chiên áp chảo

123 ～とか
助 things like ~ / ～那些 / ~ này nọ, ~ v.v.

124 やる
動1他 be in business, run (a business) / 营业, 经营 / mở cửa, kinh doanh

A: This restaurant is famous for its Western cuisine. B: Oh? By Western cuisine, do you mean things like Hamburg steaks? A: Yeah. This place has been in business since 1875. / A: 这个餐厅的西餐很有名哦。 B: 是哦。西餐就是汉堡排那些对吧？ A: 是的。听说这里从1875年就开始营业了。 / A: Cái nhà hàng này nổi tiếng với món Tây đó. B: Chà, món Tây này là thịt bò chiên áp chảo này nọ à? A: Ờ, nghe nói ở đây mở cửa từ năm 1875 đó.

🔊 34

A：すみません。<u>スーツケース</u>ここに置いてもいいですか。
　　　　　　　　　　　　　　　　　　　お

B：あ、<u>入口</u>の、<u>レジ</u>のそばに置いておきますよ。
　　　いりぐち　　　　　　　お

125 スーツケース
名 suitcase / 拉杆箱 / va li

126 いりぐち　入口
名 entrance / 入口 / cửa vào

127 レジ
名 cash register / 收银台 / quầy thu ngân

A: Excuse me. Can I place my suitcase here? B: I'll put it near the cash register at the entrance for you. / A: 不好意思，我可以把拉杆箱放在这里吗？ B: 啊，我可以帮您放在入口，收银台的旁边。 / A: Xin lỗi, tôi để va li ở đây được không? B: À, chúng tôi sẽ để cạnh quầy thu ngân ở cửa vào ạ.

Topic 2 ● 店(みせ)

🔊 35

A：じゃあ、この<u>ワイシャツ</u>、ください。
B：ありがとうございます。ご<u>一緒(いっしょ)</u>に、<u>ネクタイ</u>もいかがですか。
A：そうですね。このワイシャツに、どれが<u>合(あ)います</u>か。
B：こちらの、<u>紫(むらさき)</u>のは、いかがでしょう。

128 ワイシャツ
名 dress shirt / 衬衫 / áo sơ-mi

129 ネクタイ
名 (neck)tie / 领带 / cà vạt

130 あう　合う
動1自 go with / 适合 / hợp

131 むらさき　紫
名 purple / 紫色 / màu tím

A: All right, I'd like this dress shirt, please. B: Thank you. How would you like a tie with it? A: Hmm. What would go with this shirt? B: How about this purple one? / A: 那请给我这件衬衫。 B: 谢谢。请问要不要一起购买领带呢？ A: 说的也是，这件衬衫适合哪条领带？ B: 您觉得这条紫色的怎么样？ / A: Vậy cho tôi cái áo sơ-mi này. B: Cảm ơn anh. Anh không mua cà vạt chung ạ? A: Ừ nhỉ. Cái nào hợp với cái áo này? B: Cái màu tím này anh thấy thế nào?

🔊 36

A：すみません、<u>メニュー</u>ください。
B：はい。
A：ええと…<u>ステーキ</u> <u>セット</u>ひとつ。それから、<u>食事(しょくじ)</u>の<u>後(あと)</u>で<u>アイスクリーム</u>を。

132 メニュー
名 menu / 菜单 / thực đơn

133 ステーキ
名 steak / 牛排 / bít-tết

134 セット
名 set / 套餐 / phần

135 しょくじ[する]　食事[する]
名　動3自　meal, dine / 饭[吃饭] / dùng bữa, bữa ăn

136 アイス（クリーム）
名　ice cream / 冰淇淋 / kem

A: Excuse me, could I see a menu? B: Sure. A: Umm, I'll have a steak set. Also, I'd like an ice cream after the meal. / A: 不好意思，请给我菜单。 B: 好的。 A: 嗯…我要一份牛排套餐，然后饭后要一份冰淇淋。 / A: Xin lỗi, cho tôi xin thực đơn. B: Vâng ạ. A: Ừm, cho tôi 1 phần bít-tết. Sau đó phần kem sau bữa ăn.

🔊 37

A：あ、これ、虫入ってる…。
B：本当だ。店員さん呼んで、新しいのもらおう。
A：すみません。あのう、これ、虫が…。
C：あっ。大変申し訳ございません。

137 むし　虫
名　bug / 虫子 / sâu, côn trùng

138 てんいん　店員
名　server, waiter, waitress / 店员 / nhân viên quán

139 あっ
感　Oh! / 啊 / Á!

140 もうしわけございません　申し訳ございません
句　I'm sorry [extra polite] / 抱歉 / Xin lỗi (kính ngữ)

141 ＝もうしわけありません　申し訳ありません
句　I'm sorry / 抱歉 / Xin lỗi

A: Oh, there's a bug in this. B: There is. Call a server and have them bring you another one. A: Excuse me. Uh, there's a bug. B: Oh! I'm very sorry. / A: 啊，这有虫子在里面… B: 真的耶。叫店员来让他换新的吧。 A: 不好意思，那个…这有虫子… C: 啊！非常抱歉。 / A: Á, cái này có sâu… B: Đúng rồi. Gọi nhân viên quán để lấy cái mới thôi. A: Xin lỗi, cái này, có sâu… C: Ôi, thành thật xin lỗi quí khách.

Topic 2 ●店
<small>みせ</small>

🔊 38

A：いらっしゃいませ。
B：<u>ハンバーガー</u>ひとつと、コーヒーひとつください。
A：はい。<u>ミルク</u>と砂糖は、<u>つけます</u>か。
B：あ、ミルクだけお願いします。

---

142 ハンバーガー
　　名 hamburger / 汉堡包 / bánh mì kẹp thịt

143 ミルク
　　名 milk, (coffee) cream / 奶油球 / sữa

144 つける
　　動2他 give with, add / 附上 / kèm

A: Welcome. B: I'd like a hamburger and a coffee. A: Okay. Would you like cream and sugar? B: Yes, just cream please. / A: 欢迎光临。 B: 我要一个汉堡包，还要一杯咖啡。 A: 好的。请问要附上奶油球和糖包吗？ B: 啊，我只要奶油球。 / A: Kính chào quí khách. B: Cho tôi 1 cái bánh mì kẹp thịt, 1 cà phê. A: Vâng, có kèm sữa và đường không ạ? B: À, chỉ lấy sữa thôi.

🔊 39

A：<u>じゃがいも</u>と<u>にんじん</u>と<u>みかん</u>で、６５５円です。
B：はい。
A：<u>マイバッグ</u>は、お持ちですか。
B：あ、はい。持ってます。

---

145 じゃがいも
　　名 potato / 马铃薯 / khoai tây

146 にんじん
　　名 carrot / 红萝卜 / cà rốt

147 みかん
　　名 mandarin / 橘子 / quýt

148 マイバッグ
　　名 one's own bag / 自己的袋子, 环保袋 / giỏ đi chợ

A: The potatoes, carrots, and mandarins come to 655 yen. B: Okay. A: Do you have your own bag? B: Uh, yes, I do. / A: 马铃薯和红萝卜和橘子，共655日元。 B: 好的。 A: 您有自己的袋子吗？ B:啊，有的。我有。 / A: Khoai tây, cà rốt và quýt, 655 yên ạ. B: Vâng. A: Chị có giỏ đi chợ không ạ? B: À, vâng, có đây.

🔊 40

A：何 頼む？
B：うーん。パスタかな。あ、サンドイッチもいいなあ。
A：サンドイッチにする？
B：あー、うーん、やっぱり 和食にしようかな。
A：早く 決めてよ。

149 たのむ　頼む
【動1他】 order / 点 / gọi món

150 サンドイッチ
【名】 sandwich / 三明治 / bánh mì kẹp

151 やっぱり
【副】 on second thought / 还是 / rốt cuộc là, đúng là

152 わしょく　和食
【名】 Japanese food / 日本料理 / món Nhật

153 はやく　早く
【副】 quickly / 快点 / mau, nhanh chóng

154 きめる　決める
【動2他】 decide / 决定 / quyết định

A: What are you going to order? B: Hmm, pasta, I guess. Oh, a sandwich would be nice on the other hand. A: So you're going with a sandwich? B: Ah, umm, on second thought, maybe I'll have Japanese food. A: Hurry up and decide. / A: 你要点什么？ B: 嗯～意大利面吧。啊，可是三明治也不错。 A: 你要三明治吗？ B: 啊～，嗯～，还是吃日本料理呢？ A: 快点决定呀。 / A: Gọi món gì? B: Ừm, chắc là mì Ý. À, bánh mì kẹp cũng ngon nhỉ. A: Chọn bánh mì kẹp nhé? B: À, ừm, rốt cuộc là chọn món Nhật quá. A: Mau quyết định đi nào.

Topic 2 ●店

🔊 41

A：すみません。この<u>ジャム</u>、プレゼントなので、<u>包んで</u>いただけますか。

B：はい。

A：<u>できれば</u>箱に入れていただきたいんですが。

B：箱ですね。かしこまりました。

155 ジャム
- 名 jam / 果酱 / mứt

156 つつむ　包む
- 動1他 wrap / 包装 / gói

157 できれば
- 副 if possible / 如果可以 / nếu được

A: Excuse me. I want to give this jam as a present, so could you wrap it? B: Sure. A: If possible, I'd like it in a box. B: In a box, certainly. / A: 不好意思，这个果酱我要送人的，可以帮我包装吗？ B: 好的。 A: 如果可以，我想要用箱子装。 B: 箱子呀。我知道了。 / A: Xin lỗi, mứt này là quà tặng nên gói lại giúp tôi được không? B: Vâng. A: Nếu được, tôi muốn bỏ vào hộp. B: Hộp ạ, tôi hiểu rồi.

🔊 42

A：ちょっと、<u>コンビニ</u><u>寄って</u>もいい？

B：いいよ。<u>何か</u>買うの？

A：お菓子。<u>チョコレート</u>か、<u>スナック</u>か…。

158 コンビニ
- 名 convenience store / 便利店 / cửa hàng tiện lợi

159 よる　寄る
- 動1自 stop by / 顺便去 / ghé qua

160 なにか　何か
- 名 副 something / 什么 / cái gì đó

161 チョコ（レート）
- 名 chocolate / 巧克力 / sô-cô-la

162 スナック
名 snack / 零食 / bim bim

A: Can we stop by a convenience store a second? B: Sure. You want to buy something? A: Sweets. Chocolate, a snack, or something like that. / A: 我想顺便去一下便利店可以吗？ B: 好呀，你要买什么呀？ A: 买点点心，巧克力或是零食什么的… / A: Tôi ghé qua cửa hàng tiện lợi một chút được không? B: Được chứ. Mua cái gì đó à? A: Bánh kẹo. Sô-cô-la hay bim bim gì đó...

◀） 43

A：今日（きょう）は、どんな髪型（かみがた）になさいますか。
B：あまり変（か）えないで、このぐらい切（き）りたいんですけど。
A：3センチぐらいですね。

163 かみがた　髪型
名 hairstyle / 发型 / kiểu tóc

164 ◎ ヘアスタイル
名 hairstyle / 发型 / kiểu tóc

165 かえる　変える
動2他 change / 改变 / thay đổi

166 このぐらい
名 副 this much / 差不多这样 / khoảng chừng này

167 ～センチ（メートル）
接尾 ~ centimeters / ~厘米 / ~ cm

A: What sort of hairstyle would you like today? B: I'd like for you to cut about this much without changing my hairstyle much. A: About three centimeters, right? / A: 今天想剪什么样的发型呢？ B: 我想剪掉差不多这样，不用改变太多。 A: 那差不多3厘米左右。 / A: Hôm nay chị sẽ làm kiểu tóc nào ạ? B: Tôi muốn không thay đổi gì nhiều, cắt khoảng chừng này thôi. A: Khoảng 3cm ạ.

Topic 2 ● 店(みせ)

🔊 44

A：最近(さいきん)、ガソリンの値段(ねだん)下(さ)がりましたね。
B：ええ。でも、去年(きょねん)はもっと安(やす)かったですね。

168 さいきん　最近
- 名 副 recently / 最近 / gần đây / dạo này

169 ガソリン
- 名 gas(oline) / 汽油 / xăng

170 ねだん　値段
- 名 price / 价格 / giá

171 さがる　下がる
- 動1自 go down / 降低 / hạ, giảm

172 もっと
- 副 more, ~er / 更 / hơn

A: The price of gas has come down recently, hasn't it? B: Yeah, but it was cheaper last year. / A: 最近，汽油的价格又降低了。 B: 是呀。可是去年更便宜呢。 / A: Gần đây, giá xăng hạ rồi nhỉ. B: Vâng, nhưng năm ngoái còn rẻ hơn nữa.

🔊 45

A：お、ケニア料理(りょうり)のお店(みせ)ですって。
B：本当(ほんとう)だ。珍(めず)しいね。
A：どんな味(あじ)なんでしょうね。
B：一度(いちど)食(た)べてみたいね。

173 ケニア
- 名 Kenya / 肯尼亚 / Kenya

174 めずらしい　珍しい
- イ unusual, rare / 罕见 / hiếm

175 あじ　味
- 名 taste, flavor / 味道 / vị

176 いちど　一度
- 副 sometime, one time / 一次 / 1 lần

A: Oh, it says that it's a Kenyan restaurant. B: It does. That's unusual. A: I wonder what Kenyan food tastes like. B: I'd like to try it sometime. / A: 哦？这家店说是肯尼亚料理店呢。B: 真的耶，好罕见哦。 A: 不知道是什么味道。 B: 好想吃一次看看哦。 / A: Ồ, là tiệm ăn Kenya đó anh. B: Đúng thật nhỉ. Hiếm nhỉ. A: Không biết có vị thế nào ta? B: Muốn đi thử 1 lần nhỉ.

🔊 46

A：すみません。この<u>タブレット</u>、どこの<u>ブランド</u>ですか。
B：こちらは、<u>台湾</u>のブランドです。
　　　　　　　たいわん
A：ああ、そうなんですか。

177 タブレット
　　　名 tablet (computer) / 平板电脑 / máy tính bản

178 ブランド
　　　名 brand / 牌子 / thương hiệu

179 たいわん　　台湾
　　　名 Taiwan / 台湾 / Đài Loan

A: Excuse me. What brand is this tablet? B: It's a Taiwanese brand. A: Oh, I see. / A: 不好意思，请问这台平板电脑是哪里的牌子呢？ B: 这是台湾的牌子。 A: 啊～原来如此。 / A: Xin lỗi, máy tính bảng này là thương hiệu ở đâu vậy? B: Đây là thương hiệu của Đài Loan ạ. A: À, thế à?

🔊 47

A：あの、<u>濃い</u> <u>グリーン</u>の<u>ハンカチ</u>ってありますか。
B：はい、ございます。

180 こい　　濃い
　　　イ dark / 深 / đậm

181 グリーン
　　　名 green / 绿色 / màu xanh lá cây

182 ハンカチ
　　　名 handkerchief / 手帕 / khăn tay

A: Excuse me, but do you have any dark green handkerchiefs? B: Yes, we do. / A: 请问，有深绿色的手帕吗？ B: 是，有的。 / A: Xin lỗi, khăn tay màu xanh lá cây đậm á, có không ạ? B: Vâng, có ạ.

Topic 2 ● 店(みせ)

◀) 48

A：あ、昨日(きのう)<u>お願(ねが)いした</u>買(か)い物(もの)、してくれた？
B：うん。<u>どっちも</u>買(か)ったよ。
A：ありがとう！お金(かね)、帰(かえ)ったら<u>払(はら)う</u>ね。

183 おねがい[する]　お願い[する]

　名　動3他　request, ask (a favor) / 拜托[拜托] / sự nhờ, nhờ, yêu cầu

184 どっちも

　副　both / 两个都 / cái nào cũng, cả hai

185 ➕ どちらも

　副　both [slightly more polite than どっちも] / 两个都 (比「どっちも」更有礼貌的说法) / cái nào cũng, cả hai (cách nói hơi lịch sự của "どっちも")

186 はらう　払う

　動1他　pay / 付钱 / trả tiền, thanh toán

A: Oh, did you buy the things I asked you to get yesterday? B: Yeah. I bought both. A: Thanks! I'll pay you when I get back home. / A: 啊，昨天我拜托你买的东西买了吗？ B: 嗯。两个都买了。 A: 谢谢！那回去我就付钱给你。 / A: À, cậu mua giùm tớ mấy món đồ tớ nhờ hôm qua chưa? B: Ừ, cái nào cũng mua cả rồi. A: Cảm ơn nhé! Để khi nào về tớ trả tiền nhé.

Topic 3

学校
がっこう

School & University / 学校 / Trường học

No. 187-296

Topic 3 ● 学校(がっこう)

🔊 49

今日(きょう)は、<u>アジア</u>の国(くに)<u>について</u>勉強(べんきょう)します。グループで地図(ちず)を見(み)て、国(くに)の名前(なまえ)を<u>調(しら)べましょう</u>。

187 アジア
- 名 Asia / 亚洲 / châu Á

188 ～について
- 句 about / 关于～ / về ～

189 しらべる　調べる
- 動2他 find out / 查询 / tìm hiểu, điều tra

Today we're going to learn about the countries of Asia. Let's look at the map as a group and find out the names of the countries. / 今天我们要学习关于亚洲的国家。请大家分组看地图，来查询国家名称。 / Hôm nay chúng ta sẽ học về các nước châu Á. Hãy xem bản đồ và tìm hiểu tên các nước theo nhóm.

🔊 50

A：この<u>消(け)しゴム</u>、誰(だれ)の？
B：あ、りょう<u>君(くん)</u>のだよ。<u>無(な)くした</u>って言(い)ってた。

190 けしゴム　消しゴム
- 名 eraser / 橡皮擦 / cục tẩy

191 ～くん　～君
- 接尾 ~kun [informal suffix for names, especially boys] / ～君(用于称呼同辈或者比自己地位低的男性) / cậu ~, bạn ~ (nam)

192 なくす　無くす
- 動1他 lose / 弄丢了 / làm mất

A: Whose eraser is this? B: Oh, that's Ryo-kun's. He said he lost it. / A: 这是谁的橡皮擦？ B: 啊，是Ryo的。他说他的弄丢了。 / A: Cục tẩy này của ai đây? B: À, của cậu Ryo đấy. Cậu ấy nói làm mất.

🔊 51

この紙は、来月のクラス旅行のお知らせです。帰ったら必ず、うちの人に渡してくださいね。

193 おしらせ　お知らせ
名 notice / 通知 / thông báo

194 かならず　必ず
副 be sure / 务必 / nhất định

195 わたす　渡す
動1他 give, hand / 交 / đưa, giao

This sheet is a notice about next month's class trip. Please be sure to give it to your parents after you get home. / 这张纸是关于下个月班级旅游的通知。请务必带回家，交给家里人。 / Tờ giấy này là thông báo về chuyến du lịch lớp tháng tới. Các em về nhà rồi nhất định phải đưa cho người nhà xem đấy nhé.

🔊 52

A：Bさん、どうしてCさんとけんかになったの？
B：……。
A：よかったら、訳を話してくれない？

196 けんか[する]
名 動3自 argument, argue / 吵架[吵架] / cuộc cãi nhau, cãi nhau

197 よかったら
副 if you don't mind / 如果愿意 / nếu được

198 わけ　訳
名 reason / 理由 / lý do

A: B-san, why did you get into an argument with C-san? B: (Silent) A: If you don't mind, could you tell me the reason? / A: B，你为什么会和C吵架呢？ B：……。 A: 如果愿意，可以告诉我理由吗？ / A: Bạn B, tại sao lại cãi nhau với bạn C vậy? B: … A: Nếu được, em nói lý do cho cô biết được không?

Topic 3 ● 学校

🔊 53

A：小学生のときは何の授業が好きだった？
B：私は水泳が好きだった。
A：ああ。泳いだ後、眠くなったね。
B：そうそう。

---

199 しょうがくせい　小学生
　　名 elementary school student / 小学生 / học sinh tiểu học

200 すいえい　水泳
　　名 swimming / 游泳 / bơi lội

201 ねむい　眠い
　　イ sleepy / 想睡觉 / buồn ngủ

202 ⊖ ねむたい　眠たい
　　イ sleepy / 想睡觉 / buồn ngủ, muốn ngủ

A: What class did you like when you were an elementary school student? B: I liked swimming. A: Oh. Swimming made a kid feel sleepy afterwards, didn't it? B: Definitely. / A: 小学生的时候你最喜欢上什么课？ B: 我喜欢游泳课。 A: 啊～，游完泳后会好想睡觉。 B: 对对。 / A: Thời học sinh tiểu học, chị thích môn nào? B: Tôi thích bơi lội. A: À, sau khi bơi thì buồn ngủ nhỉ. B: Đúng đúng.

🔊 54

次は、3年生の踊りです。今日の運動会の最後のパフォーマンスです。一生懸命、練習しました。どうぞ、ご覧ください。

---

203 ～ねんせい　～年生
　　接尾 ~ grader / ～年级学生 / khối lớp ~

204 おどり　踊り
　　名 dance / 舞蹈 / điệu múa, điệu nhảy

205 うんどうかい　運動会
　　名 sports festival / 运动会 / hội thao

206 さいご　最後
　　名 final / 最后 / cuối cùng

207 いっしょうけんめい　一生懸命
副 very hard / 拼命 / hết sức mình

208 ごらんください　ご覧ください
句 Please watch / 请观赏 / Xin mời thưởng thức

Next up is the third graders' dance. This will be the final performance for today's sports festival. They have practiced very hard. Please watch them. / 下一场请观赏3年级学生的舞蹈。大家都很拼命的练习，这也是今天运动会中最后的表演。 / Tiếp theo là điệu múa của khối lớp 9. Đây là màn trình diễn cuối cùng của hội thao hôm nay. Các bạn đã luyện tập hết sức mình. Xin mời mọi người thưởng thức.

🔊 55

A：Bちゃんは、将来の夢ある？
B：私は、漫画家。
A：ああ。Bちゃん、絵うまいよね。

209 ～ちゃん
接尾 ~chan [informal suffix for names] / ~酱 (用于称呼和自己较要好的人) / cậu ~, bạn ~ (nữ nhưng ở trẻ nhỏ thì không phân biệt nam nữ như trong trường hợp này)

210 しょうらい　将来
名 副 future / 将来 / tương lai

211 ゆめ　夢
名 dream / 梦想 / ước mơ

212 まんがか　漫画家
名 cartoonist / 漫画家 / họa sĩ truyện tranh

213 うまい
イ good at / 厉害 / đẹp, giỏi, hay

A: B-chan, do you have any dreams for the future? B: I want to become a cartoonist. A: Oh. You're good at drawing, aren't you? / A: B，你有将来的梦想吗？ B: 我想当漫画家。 A: 啊～。B，你画图真的很厉害。 / A: B có ước mơ tương lai gì không? B: Em muốn thành họa sĩ truyện tranh. A: Àa, Yu vẽ đẹp mà nhì.

Topic 3 ● 学校(がっこう)

🔊 56

A：ゆうたさん、ろうかは歩(ある)いてください！ 走(はし)ってはだめですよ。

B：あ、はあい。

A：危(あぶ)ないからね。

C：あはは。ゆうちゃん、また怒(おこ)られた。

214 ろうか
名 hallway / 走廊 / hành lang

215 だめな
ナ can't, wrong / 不行 / không được

216 おこる　怒る
動1他 yell / 生气, 骂/ mắng, giận

A: Yuta-san, walk when you're in the hallway! You can't run. B: Okay. A: Running's dangerous, you know. C: Ha-ha. Yu-chan got yelled at again. / A: YUTA，走廊要用走的! 不行用跑的。 B: 啊，是～。 A: 很危险哦。 C:啊哈哈，YUTA你又被骂了。 / A: Yuta, ở hành lang thì đi nhé! Không được chạy đâu đấy. B: À, dạ cô. A: Vì chạy là nguy hiểm đấy. C: Ahaha, cậu Yu lại bị mắng rồi.

🔊 57

A：はあ。来週(らいしゅう)、卒業式(そつぎょうしき)か…。

B：違(ちが)う中学校(ちゅうがっこう)だから、さびしくなるね。

A：連絡(れんらく)しようね。

B：うん。遊(あそ)ぼうね。

217 そつぎょうしき　卒業式
名 graduation ceremony / 毕业典礼 / lễ tốt nghiệp

218 ちがう　違う
動1自 be different / 不同 / khác biệt, khác nhau

219 ちゅうがっこう　中学校
名 junior high school / 中学 / trường THCS

220 ちゅうがく　中学
名 junior high school / 初中 / THCS

221 さびしい
イ lonely, miss (someone) / 寂寞 / buồn

222 れんらく[する]　連絡[する]
名 動3他 contact, be in touch / 联系[联系] / sự liên lạc, liên lạc

A: (Sigh) Our graduation ceremony is next week. B: I'm going to miss you since we'll be at different junior high schools. A: Let's stay in touch, huh? B: Yeah. Let's hang out together. / A: 哎…下周就是毕业典礼了…。B: 我们上了不同中学，好寂寞哦。A: 一定要联系哦。B:嗯。再一起玩。 / A: Chà, tuần tới là lễ tốt nghiệp rồi sao… B: Sẽ khác trường THCS nên buồn nhỉ. A: Liên lạc với nhau nhé. B: Ừm, cùng chơi nhé.

🔊 58

A：<u>小学校</u>のときの<u>校長先生</u>、<u>好</u>きだったなあ。
B：へえ。
A：すごく<u>優</u>しくて、<u>話</u>が<u>面白</u>い<u>先生</u>だったの。

223 しょうがっこう　小学校
名 elementary school / 小学 / trường tiểu học

224 こうちょう(せんせい)　校長(先生)
名 principal / 校长 / (thầy/cô) hiệu trưởng

225 やさしい　優しい
イ kind / 和蔼可亲 / hiền, tử tế

226 はなし　話
名 talk, things to say / 说话 / cách nói chuyện

A: I liked the principal we had in elementary school. B: Oh? A: She was very kind and had interesting things to say. / A: 我以前很喜欢小学时的校长。B: 是哦。A: 他很和蔼可亲，说话也很有趣。 / A: Tôi thích thầy hiệu trưởng trường tiểu học lắm. B: Ồ. A: Thầy hiền, cách nói chuyện lại thú vị nữa.

Topic 3 ● 学校

🔊 59

A：Bさん、前に来て、黒板に答えを書いてください。
B：はい。……
A：うん。素晴らしいですね。よくできました。

227 こくばん　黒板
名 blackboard / 黑板 / bảng đen

228 こたえ　答え
名 answer / 答案 / câu trả lời

229 すばらしい　素晴らしい
イ great / 棒 / tuyệt vời, xuất sắc

A: B-san, come forward and write the answer on the blackboard. B: Okay. . . . A: Right, that's great. Good job. / A: B，请来前面把答案写在黑板上。 B: 是。…… A: 嗯，很棒。答得很好。/ A: B, em lên trước viết câu trả lời lên bảng đi. B: Dạ, ... A: Ừm, tuyệt vời. Em làm giỏi lắm.

🔊 60

A：先生、あの、質問があるんですけど。
B：はい、どうぞ。
A：昨日、クラスで読んだ文章の文法なんですが。
C：あ、先生、僕も、あとで質問してもいいですか。

230 しつもん[する]　質問[する]
名 動3他 question, ask a question / 问题[问问题] / hỏi, câu hỏi

231 ぶんしょう　文章
名 text / 文章 / đoạn văn

232 ぶんぽう　文法
名 grammar / 文法 / ngữ pháp

233 ぼく　僕
名 I, me [used by men; slightly low-key] / 我 (男性的第一人称，比较文静的说法) / tôi, tớ, mình (cách xưng hơi nghiêm túc của đàn ông)

A: Ma'am, I have a question. B: Okay, what is it? A: It's about the grammar of the text we read in class yesterday. C: Oh, ma'am, can I ask a question later? / A: 老师，那个，我有个问题。B: 好，请问。 A: 昨天在班级里读的那篇文章的文法…。 C: 啊，老师，那我等下也可以问问题吗？ / A: Cô ơi, em có câu hỏi. B: Rồi, mời em. A: Phần ngữ pháp trong đoạn văn hôm qua đọc ở lớp ạ. C: À, cô ơi, chút nữa em cũng hỏi được không ạ?

🔊 61

A：失礼します。
B：どうぞ。相談したいことって、何？
A：はい。あの、僕、アメリカの大学に留学したいんです。
B：おお、そうか。
A：親には、まだ、話してないんですけど…。

Topic 3 ● 学校 がっこう

234 そうだん[する]　相談[する]
　　名　動3他　advice, seek advice, seek help / 商量[商量] / sự trao đổi, tư vấn

235 アメリカ
　　名　USA / 美国 / Mỹ

236 りゅうがく[する]　留学[する]
　　名　動3自　overseas study, study abroad / 留学[去留学] / đi du học, du học

237 おや　親
　　名　parent / 父母 / cha mẹ

A: Excuse me. B: Come in. What do you want help with? A: Well, I want to study at an American university. B: Oh, is that so? A: I haven't talked about it with my parents yet. / A: 打扰了。 B: 请进。你说想商量的事，是什么呢？ A: 是的，那个，其实我想去美国大学留学。B: 哦～这样呀。 A: 但我还没有和父母说…。 / A: Em xin phép ạ. B: Mời vào. Em nói có chuyện muốn trao đổi là chuyện gì? A: Vâng, em muốn đi du học ở đại học Mỹ. B: Ồ, vậy à? A: Em vẫn chưa nói chuyện với cha mẹ nhưng mà…

Topic 3 ● 学校

🔊 62

A：アメリカの大学に、推薦状を出さなければならないんですけど、先生、書いていただけませんか。
B：もちろん。いつまでに用意すればいい？
A：来月の初めごろまでに、お願いします。

238 すいせんじょう　推薦状
名 letter of recommendation / 推荐信 / thư tiến cử

239 だす　出す
動1他 submit / 交 / nộp

240 もちろん
副 of course / 当然 / đương nhiên

241 ようい[する]　用意[する]
名 動3他 preparation, have ready / 准备[准备] / chuẩn bị, sự chuẩn bị

242 はじめ　初め
名 beginning / 月初 / đầu

A: American universities require you to submit a letter of recommendation. Could you write one for me? B: Of course. By when do I need to have it ready? A: Could you have it ready by the beginning of next month? / A: 老师，我要交推荐信给美国的大学，可以请您帮我写吗？B: 当然。什么时候要准备好？　A: 下个月月初。麻烦您了。 / A: Em phải nộp thư tiến cử cho trường đại học ở Mỹ nên thầy có thể viết cho em được không ạ? B: Đương nhiên rồi. Phải chuẩn bị đến khi nào? A: Nhờ thầy chuẩn bị đến khoảng đầu tháng sau ạ.

🔊 63

A：Bさん、もう9時半ですよ。
B：すみません。寝坊しました。アラームが鳴らなくて…。

243 ねぼう[する]　寝坊[する]
名 動3自 oversleeping, oversleep / 睡晚[睡晚了] / sự ngủ nướng, ngủ dậy muộn

244 アラーム
名 alarm / 闹钟 / đồng hồ báo thức

245 なる　鳴る
動1自 ring, go off / 响 / reng, kêu

A: B-san, it's already 9:30. B: I'm sorry, I overslept. My alarm didn't go off. / A: B同学，都已经9点半了呢。 B: 对不起，我睡晚了，因为闹钟没响…。 / A: B à, đã 9 rưỡi rồi đấy. B: Em xin lỗi, em ngủ dậy muộn. Đồng hồ báo thức không reng nên....

🔊 64

A：え！このシャツ、Bさんが<u>自分で</u>作ったんですか。
B：ええ。服の学校に<u>通って</u>たので、<u>洋服</u>なら<u>大体</u>作れます。
A：<u>すごい</u>なあ。

246 じぶんで　自分で
　　副 by oneself / 自己 / tự mình

247 かよう　通う
　　動1自 go to, attend / 上 / theo học, đi làm

248 ようふく　洋服
　　名 (Western-style) clothing / 衣服 / quần áo

249 だいたい　大体
　　名 副 just about any / 大概 / đại khái

250 すごい
　　イ amazing / 好厉害 / giỏi, tuyệt, hay

A: What? You made this shirt yourself? B: Yeah. I went to a clothes making school, so I can make just about any type of clothing. A: That's amazing. / A: 诶！这件衬衫是B你自己做的哦？ B: 是呀。因为我上过裁缝学校，所以只要是衣服我大概都会做。 A: 好厉害哦。 / A: Ơ! Cái áo này, B tự may đấy à? B: Ờ, vì tôi có theo học trường thời trang nên áo quần thì đại khái may được. A: Giỏi quá đi.

Topic 3 ● 学校　がっこう

55

Topic 3 ● 学校
がっこう

🔊 65

A：Bさん、12月の日本語の試験、受けますか。
B：ええ、受けます。
A：じゃあ、一緒にがんばりましょう。

251 しけん　試験
- 名 exam / 考试 / kỳ thi

252 うける　受ける
- 動2他 take (an exam) / 考 / dự thi

253 がんばる
- 動1自 do one's best / 加油 / cố gắng

A: B-san, are you going to take the Japanese language exam in December? B: Yeah, I am. A: Well, let's both do our best. / A: B，12月的日语考试，你要考吗？ B: 嗯，我会去考。 A: 那我们一起加油吧。 / A: B à, bạn có dự kỳ thi tiếng Nhật tháng 12 không? B: Ờ, có. A: Vậy chúng ta cùng cố gắng nhé.

🔊 66

A：今日は、講堂で留学生のスピーチコンテストがあるみたいだよ。
B：そうなんだ。外国語で、広い会場で話すの、すごいね。

254 こうどう　講堂
- 名 auditorium / 礼堂 / giảng đường

255 コンテスト
- 名 contest / 比赛 / cuộc thi

256 がいこくご　外国語
- 名 foreign language / 外语 / ngoại ngữ

257 かいじょう　会場
- 名 venue / 会场 / hội trường

A: Apparently they're going to hold a speech contest for international students in the auditorium today. B: Is that so? I think it's amazing for someone to speak in a foreign language at a big venue. / A: 今天在礼堂，好像有留学生的演讲比赛哦。 B: 是哦。在那么大的会场用外语说话，好厉害哦。 / A: Hôm nay hình như có cuộc thi hùng biện của du học sinh ở giảng đường đấy. B: Ra là vậy. Nói chuyện ở một hội trường rộng lớn bằng ngoại ngữ, siêu nhỉ.

🔊 67

A：学生のときは、何か運動していましたか。
B：中学生のときはバスケをやってましたけど、それからは、特に、何も。Aさんは？
A：私は高校から大学まで柔道をやっていました。

258 うんどう[する]　運動[する]
　名 動3自 exercise, do exercises / 运动[做运动] / sự vận động, chơi thể thao

259 ちゅうがくせい　中学生
　名 junior high school student / 中学生 / học sinh THCS

260 バスケ(ットボール)
　名 basketball / 篮球 / bóng rổ

261 とくに　特に
　副 in particular / 特别 / đặc biệt

262 なにも　何も
　副 nothing, anything [with negative verb] / 什么 / không có gì

263 こうこう　高校
　名 high school / 高中 / THPT

264 じゅうどう　柔道
　名 judo / 柔道 / judo

A: Did you do some kind of exercise when you were a student? B: I played basketball when I was in junior high school, but didn't do any in particular after that. What about you? A: I practiced judo from high school to college. / A: 学生时期，你有做什么运动吗？ B: 中学时我有打过篮球，但从那之后就没特别做什么运动，你呢？ A: 我从高中到大学一直都在练柔道。 / A: Thời học sinh, chị có chơi thể thao gì không? B: Thời học sinh THCS thì có chơi bóng rổ nhưng sau đó, tôi không chơi môn gì đặc biệt cả. Còn anh A? A: Tôi thì chơi judo từ THPT đến đại học.

Topic 3 ● 学校　がっこう

57

Topic 3 ● 学校(がっこう)

🔊 68

A：大学(だいがく)では、何(なに)学部(がくぶ)でしたか。
B：私(わたし)は教育(きょういく)学部(がくぶ)でした。先生(せんせい)になりたくて。
C：Aさんは？
A：私(わたし)は、国際(こくさい)社会(しゃかい)学部(がくぶ)でした。

265 がくぶ　学部
　　 名 (undergraduate) department / 学系 / khoa (ở trường đại học)

266 きょういく[する]　教育[する]
　　 名 動3他 education, educate / 教育[教育] / giáo dục, dạy dỗ

267 こくさい　国際
　　 名 international / 国际 / quốc tế

268 しゃかい　社会
　　 名 society / 社会 / xã hội

A: What department did you study in at college? B: I was in the education department. I wanted to become a teacher. C: What about you, A-san? A: I was in the international social studies department. / A: 你们大学是什么学系的呀？ B: 我是教育系的。因为我想当老师。C: 那A呢？ A: 我是国际社会系的。 / A: Ở trường đại học, anh học khoa gì? B: Tôi học khoa Giáo dục. Tại tôi muốn thành giáo viên. C: Còn chị A? A: Tôi học khoa Xã hội Quốc tế.

🔊 69

じゃあ、今日(きょう)の授業(じゅぎょう)は、これで終(お)わりです。来週(らいしゅう)までに、この3(みっ)つの論文(ろんぶん)を読(よ)んで、予習(よしゅう)してきてください。

269 おわり　終わり
　　 名 end / 结束 / kết thúc

270 ろんぶん　論文
　　 名 research paper / 论文 / luận văn

271 よしゅう[する]　予習[する]
　　 名 動3他 preparation (for a class), prepare (for a class) / 预习[做预习] / sự xem bài trước, xem trước

All right, this ends today's class. Please prepare for next week's class by reading these three research papers. / 那今天的课就到此结束。下个星期前，请预习好这3篇论文。 / Nào, giờ học hôm nay kết thúc ở đây. Các em nhớ đọc 3 bài luận văn này và xem bài trước cho đến tuần sau nhé.

🔊 70

A：Bさん、発音がずいぶん上手になりましたね。
B：本当ですか。うれしいです。ありがとうございます。
A：練習しましたか。
B：はい。ずっと、フランスの映画を見て、練習しています。

272 はつおん[する]　発音[する]
名 **動3他** pronunciation, pronounce / 发音[发音] / sự phát âm, phát âm

273 ずいぶん
副 really, quite / 相当 / nhiều

274 うれしい
イ happy / 开心 / vui, hạnh phúc

275 ずっと
副 for a long time, for the whole time / 一直 / suốt

276 フランス
名 France / 法国 / Pháp

A: Your pronunciation has really improved, B-san. B: Really? That makes me happy. Thank you. A: Did you practice? B: Yes, I've been practicing for a long time by watching French movies. / A: B, 你的发音进步相当多呀。 B: 真的吗? 好开心哦。谢谢。 A: 你有练习吗? B: 是的，我一直看法国电影练习的。 / A: B giỏi phát âm lên nhiều rồi nhì. B: Thật ạ? Em vui quá. Cảm ơn. A: Luyện tập nhiều không? B: Vâng, em xem phim Pháp suốt để luyện ạ.

Topic 3 ● 学校(がっこう)

🔊 71

A：Bさんの専門(せんもん)は、何(なん)ですか。
B：私(わたし)は、<u>数学(すうがく)</u>です。
A：数学(すうがく)ですか。<u>研究室(けんきゅうしつ)</u>はいくつぐらいあるんですか。
B：全部(ぜんぶ)で20(にじゅう)ぐらいです。3年生(さんねんせい)になったら、<u>入(はい)ります</u>。

277 すうがく　数学
　　 名 math(ematics) / 数学 / toán học

278 けんきゅうしつ　研究室
　　 名 research team, lab(oratory) / 研究室, 研究团队 / nhóm nghiên cứu, phòng nghiên cứu

279 はいる　入る
　　 動1自 join / 进 / vào

A: What's your major, B-san? B: It's math. A: Math? How many research teams are there? B: About 20 in all. I'm going to join one when I go into my third year. / A: B, 你是学什么专业的？B: 我是数学。A: 数学呀。那大概有多少间研究室呢？B: 全部加起来20间左右吧。等到3年级，我也会进研究室的。 / A: Chuyên môn của chị B là gì? A: Toán học ạ. A: Toán học à? Có khoảng bao nhiêu nhóm nghiên cứu? B: Tất cả khoảng 20 phòng ạ. Lên năm 3 em sẽ vào ạ.

🔊 72

A：Bさんは、<u>卒業論文(そつぎょうろんぶん)</u>、何(なん)ページぐらい書(か)くんですか。
B：40(よんじゅう)ページぐらいだと思(おも)います。うちの<u>学科(がっか)</u>では、30枚(さんじゅうまい)<u>以上(いじょう)</u>50枚(まい)<u>以内(いない)</u>って<u>決(き)まって</u>るんです。
A：そうですか。

280 そつぎょうろんぶん　卒業論文
　　 名 graduation thesis / 毕业论文 / luận văn tốt nghiệp

281 がっか　学科
　　 名 (university) department / 学科 / ngành học

282 ～いじょう　～以上
　　 接尾 at least ~ / ～以上 / trở lên

283 ～いない　～以内
　　 接尾 no more than ~ / ～以内 / trong vòng ~

284 きまる　決まる
動1自 be decided, be a rule / 规定, 决定 / có quy định

A: B-san, about how many pages are you going to write for your graduation thesis? B: About 40, I think. Our department has a rule that the thesis has to be at least 30 pages but no more than 50. A: I see. / A: B，你的毕业论文要写几页呀？ B: 大概40页左右吧。在我们学科有写30页以上，50页以内的规定。 A: 这样呀。 / A: B viết luận văn tốt nghiệp khoảng mấy trang? B: Tôi nghĩ là khoảng 40 trang. Ngành học của tôi có quy định định là 30 trang trở lên và trong vòng 50 trang. A: Thế à?

🔊 73

> 来週は、作文のテストをします。テストのとき、紙の辞書は使ってもいいですが、電子辞書やスマートフォンは使ってはいけません。テキストをよく復習しておいてください。

285 さくぶん　作文
名 essay / 作文 / bài tập làm văn

286 テスト[する]
名 **動3他** test, have a test / 考试[考试] / bài kiểm tra, kiểm tra

287 でんしじしょ　電子辞書
名 electronic dictionary / 电子词典 / từ điển điện tử

288 テキスト
名 textbook / 课本 / giáo trình

289 ふくしゅう[する]　復習[する]
名 **動3他** review, review (something) / 复习[做复习] / sự ôn tập, ôn tập

Next week we will have an essay test. You may use a paper dictionary during the test, but you cannot use an electronic dictionary or a smartphone. Please carefully review your textbook before the test. / 下周要进行作文的考试。考试时，可以用纸质的词典，但不可以使用电子词典和手机。请大家多多复习课本。 / Tuần tới, chúng ta sẽ làm kiểm tra bài tập làm văn. Khi kiểm tra, các em sử dụng từ điển giấy cũng được nhưng không được dùng từ điển điện tử hoặc điện thoại thông minh. Hãy ôn tập kỹ giáo trình sẵn nhé.

Topic 3 ● 学校

🔊 74

A：紙飛行機を作ります。ここからあの木まで飛んだら成功です。どんな形がいいか考えてください。
B：これでどうかな。…えい！ あ、失敗した。

290 せいこう[する] 成功[する]
[名] [動3自] success, succeed / 成功[会成功] / sự thành công, thành công

291 かたち 形
[名] shape / 形状 / kiểu, hình thức

292 かんがえる 考える
[動2他] think / 想 / suy nghĩ

293 しっぱい[する] 失敗[する]
[名] [動3自] failure, fail / 失败[会失败] / sự thất bại, thất bại

A: We're going to make paper airplanes. If your airplane flies from here to that tree, you succeeded. Think of what shape would be good. B: How about this? Oh, no! I failed. / A: 我们要做纸飞机。从这里能够飞到那棵树就算成功。大家想想看什么形状比较好。 B: 这样如何呢？…诶！啊，失败了。 / A: Chúng ta sẽ làm máy bay giấy. Nếu bay từ đây đến cái cây kia thì thành công. Mọi người nghĩ xem làm kiểu nào thì được nhé. B: Kiểu này thì sao nhỉ?.. Hai ba! À á, thất bại rồi.

🔊 75

これから一人の大学生の話を聞きます。彼と同じ考えの人は1番の質問に、彼に反対の人は2番の質問に答えてください。

294 かれ 彼
[名] he, him / 他 / anh ấy

295 はんたい[する] 反対[する]
[名] [動3自] opposition, disagree, oppose / 反对[反对] / sự phản đối, phản đối

296 こたえる 答える
[動2他] answer / 回答 / trả lời

You will now listen to a talk by a college student. If you agree with his opinion, answer question 1. If you disagree, answer question 2. / 现在开始我们要听一位大学生的发表。和他同样想法的人请回答第一个问题。和他持反对意见的人请回答第二个问题。 / Từ đây, chúng ta sẽ nghe chuyện của một sinh viên đại học. Người có cùng suy nghĩ với anh ấy thì hãy trả lời câu hỏi số 1, người phản đối anh ấy thì trả lời câu hỏi số 2.

Topic 4

町
まち

Around Town / 城市 / Phố xá

No. 297-366

Topic 4 ● 町
まち

🔊 76

A：Bさんはずっとここに住んでいるんですか。
B：いえ、先月引っ越してきました。
A：そうですか。もう慣れましたか。
B：ええ。

297 ひっこす　引っ越す
動1自 move / 搬家 / chuyển nhà

298 もう
副 already / 已经 / đã…rồi

299 なれる　慣れる
動2自 settle in, become accustomed / 习惯 / quen

A: Have you always lived here, B-san? B: No, I moved here last month. A: Is that so? Have you already settled in? B: Yeah. / A: B小姐你一直都住在这里吗？ B: 不是，我上个月才搬来的。 A: 这样呀。那已经习惯了吗？ B: 嗯。 / A: Chị B sống ở đây lâu nay à? B: Không, tôi chuyển nhà đến hồi tháng trước. A: Vậy à? Chị đã quen chưa? B: Vâng.

🔊 77

A：この町はどうですか。
B：いいですよ。交通も便利ですし、生活に必要な物は、近所で買えますし。

300 こうつう　交通
名 transportation / 交通 / giao thông

301 ひつような　必要な
ナ necessary / 需要的 / cần thiết

302 きんじょ　近所
名 neighborhood / 附近 / xung quanh, lân cận, hàng xóm

A: How's this town? B: It's nice. Transportation is convenient, and I can buy the things I need for everyday life in my neighborhood. / A: 这个城市如何呢？ B: 我觉得很好。交通方便，生活需要的东西都可以在附近买到。 / A: Thị trấn này thế nào? B: Tốt lắm đấy. Giao thông thuận tiện, những thứ cần thiết cho sinh hoạt thì có thể mua ở xung quanh đây.

🔊 78

A：あの、すみません。さくら美術館って、どこでしょうか。
B：ああ、この道を渡って、2つ目の角を左ですよ。
A：2つ目を左ですね。どうも。

303 びじゅつかん　美術館
  名 art museum / 美术馆 / bảo tàng mỹ thuật

304 わたる　渡る
  動1自 cross / 过 / băng qua

305 ～め　～目
  接尾 ~ -st, -nd, -rd, -th [ordinal numbers] / 第～ / thứ ~

A: Um, excuse me. Where is Sakura Art Museum? B: Oh, cross this road, and take a left at the second corner. A: Left at the second corner. Thanks. / A: 不好意思，请问SAKURA美术馆在哪里呢？ B: 啊~过了这条路，第二个路口左转。 A: 是第二个路口左转对吧。谢谢。 / A: Xin lỗi, bảo tàng mỹ thuật Sakura ở đâu vậy ạ? B: À, băng qua đường này, góc thứ 2 bên trái đấy. A: Thứ 2 bên trái ạ. Cảm ơn anh.

🔊 79

A：にぎやかな町と田舎とどちらに住みたいですか。
B：私は田舎がいいです。空気がきれいだし、道も店も空いているし。

306 いなか　田舎
  名 country(side) / 乡下 / vùng quê

307 くうき　空気
  名 air / 空气 / không khí

308 すく　空く
  動1自 be empty, be not crowded / 空旷 (很少，稀疏) / vắng vẻ

A: Which do you prefer to live in, a bustling city or the country? B: I prefer the country. The air is clean, and the roads and shops aren't crowded. / A: 你想要住在热闹的城市还是乡下呢？ B: 我喜欢乡下。空气也好，而且路上和商店的人车都很少。 / A: Bạn muốn sống ở thành phố nhộn nhịp hay vùng quê? B: Tôi thích vùng quê. Không khí sạch, đường phố quán xá lại vắng vẻ nữa.

Topic 4 ●町
　　　まち

🔊 80

A：すみません。ちょっと道に迷ってしまって…。
B：はい。
A：ふじ駅に行きたいんですが。
B：ああ、あっちですよ。そこを右に曲がると大きい通りがあります。そこに交番があるので、もう一度聞いてみてください。

309 まよう　迷う
　　動1自 become lost / 迷路 / lạc

310 まがる　曲がる
　　動1自 turn / 转 / rẽ, quẹo

311 とおり　通り
　　名 (major) road / 马路 / con đường

312 こうばん　交番
　　名 police box / 派出所 / đồn cảnh sát

A: Excuse me, but I seem to be lost. B: All right. A: I'm trying to get to Fuji Station. B: Oh, it's that way. Turn right there and you'll see a big road. There's a police box there, so ask them for more directions. / A: 不好意思，我有点迷路了…。 B: 是。 A: 我想要去FUJI车站。 B: 啊～在那边哦。那里右转后有一条大马路，在那里有个派出所，你可以再问一次。 / A: Xin lỗi. Tôi bị lạc đường một chút nên …B: Vâng. A: Tôi muốn đi đến ga Fuji. B: À, đằng kia kìa. Rẽ phải chỗ đó thì có con đường lớn. Ở đó có đồn cảnh sát nên chị thử hỏi lại lần nữa nhé.

🔊 81

A：これ、何の建物かな。
B：何だろうね。…あ、タイの大使館だって！
A：へえ。
B：Aさんは、パスポート持ってる？
A：うん。おととし、ハワイに旅行に行くときに作ったよ。

313 タイ
　　名 Thailand / 泰国 / Thái Lan

66

314 たいしかん　大使館
名 embassy / 大使馆 / đại sứ quán

315 パスポート
名 passport / 护照 / hộ chiếu

316 おととし
名 the year before last / 前年 / năm kia

317 ハワイ
名 Hawaii / 夏威夷 / Hawaii

A: What's this building? B: I wonder. Oh, it says this is the Thai embassy! A: Wow. B: Do you have a passport? A: Yeah. I got one before I went to Hawaii the year before last. / A: 这是什么建筑呀？ B: 是什么呢？ 啊…是泰国大使馆呀！ A: 是哦。 B: A小姐你有护照吗？ A: 嗯。前年我要去夏威夷旅游时办的。 / A: Đây là tòa nhà gì vậy nhỉ? B: Gì vậy ta..? À, là đại sứ quán Thái Lan! B: Ồ! B: Chị A có hộ chiếu không? A: Ừm, tôi làm năm kia để đi du lịch Hawaii.

◀》82

A：日本では車は道の左側を走るんですね。
B：ええ、そうですよ。Aさんの国では右側ですか。
A：ええ。ヨーロッパは、ほとんど右側だと思います。

318 ひだりがわ　左側
名 left side / 左侧 / phía bên trái

319 みぎがわ　右側
名 right side / 右侧 / phía bên phải

320 ヨーロッパ
名 Europe / 欧洲 / châu Âu

321 ほとんど
名 副 most / 大部分 / hầu hết

A: People in Japan drive on the left side of the road, right? B: Yeah, they do. Do you drive on the right in your country, A-san? A: Yeah. I think most of Europe drives on the right. / A: 在日本，汽车是靠左侧行驶的呀。 B: 嗯，是的。A小姐，在你的国家是靠右侧行驶的吗？ A: 嗯。欧洲大部分都是靠右侧行驶的哦。 / A: Ở Nhật xe chạy phía bên trái đường nhỉ. B: Vâng, đúng vậy. Nước của chị A chạy phía bên phải à? A: Vâng, tôi nghĩ châu Âu thì hầu hết là phía bên phải.

Topic 4 ● 町(まち)

🔊 83

A：こんにちは。
B：こんにちは、すみません、<u>どこか</u>に<u>財布</u>を<u>落とした</u>みたいで…。
A：そうですか。どうぞ、お<u>かけ</u>ください。
B：あ、はい。

322 どこか
- 名 副 somewhere / 哪里 / ở đâu đó

323 さいふ　財布
- 名 wallet / 钱包 / ví, bóp

324 おとす　落とす
- 動1他 lose, drop / 掉 / đánh rơi, làm rơi

325 かける
- 動2他 sit / 坐 / ngồi

A: Hello. B: Hi. I'm sorry, but I seem to have lost my wallet somewhere. A: Oh? Please have a seat. B: Okay. / A: 你好。B: 你好，不好意思，我好像不知道把钱包掉在哪里了…。A: 这样呀。你请坐。B: 啊，好的。 / A: Chào chị. B: Xin chào, xin lỗi, hình như đánh rơi ví ở đâu đó nên … A: Vậy à? Mời chị ngồi. B: À, vâng.

🔊 84

A：じゃ、名前と<u>住所</u>と電話番号をこちらに書いてください。
B：はい。
A：財布が<u>見つかったら</u>ご連絡しますね。あ、<u>カード会社</u>に電話して、カードを<u>止めた</u>ほうがいいですよ。

326 じゅうしょ　住所
- 名 address / 住址 / địa chỉ

327 みつかる　見つかる
- 動1自 be found / 找到 / tìm thấy

328 カードがいしゃ　カード会社
- 名 credit card company / 信用卡公司 / công ty thẻ

329 とめる　止める
動2他 cancel, block / 停 / ngừng

A: All right, please write your name and phone number here. B: Okay. A: We'll contact you if your wallet is found. Oh, it would be a good idea to call your credit card company and have them cancel your card. / A: 那请你把姓名和住址，电话号码写在这里。 B: 是。 A: 如果找到钱包我们会联系你。啊，还有你最好先打电话到信用卡公司停卡哦。 / A: Vậy chị hãy viết tên, địa chỉ và số điện thoại vào đây. B: Vâng. A: Nếu tìm thấy ví thì chúng tôi sẽ liên lạc nhé. À, chị nên điện thoại cho công ty thẻ để ngừng thẻ thì tốt hơn đấy.

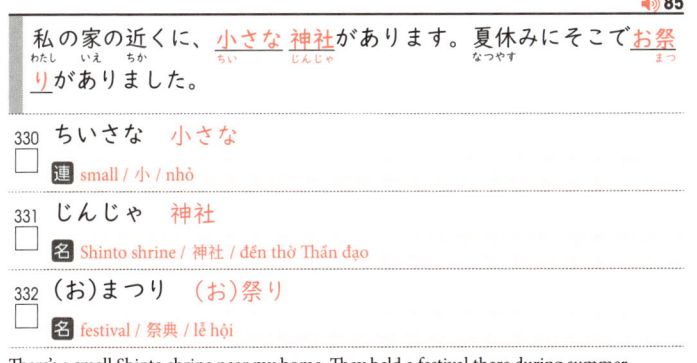

私の家の近くに、<u>小さな</u> <u>神社</u>があります。夏休みにそこで<u>お祭り</u>がありました。

330 ちいさな　小さな
連 small / 小 / nhỏ

331 じんじゃ　神社
名 Shinto shrine / 神社 / đền thờ Thần đạo

332 （お）まつり　（お）祭り
名 festival / 祭典 / lễ hội

There's a small Shinto shrine near my home. They held a festival there during summer vacation. / 我家附近有一个小神社。放暑假的时候，那里曾经举办了祭典。 / Ở gần nhà tôi có một đền thờ Thần đạo nhỏ. Kỳ nghỉ hè ở đó đã có lễ hội.

Topic 4 ● 町(まち)

🔊 86

A：すみません。この辺にバス停ありませんか。
B：あ、ありますよ。ほら、あの電器屋の前。
A：ああ、ありました。どうも。

333 このへん　この辺
- 名 around here / 这附近 / quanh đây

334 バスてい　バス停
- 名 bus stop / 公交车站 / trạm xe buýt

335 ほら
- 感 look / 你看 / kìa, đó

336 でんきや　電器屋／電気屋
- 名 electronics store / 电器专卖店, 电器行 / tiệm đồ điện

A: Excuse me. Is there a bus stop around here? B: Yes, there is. Look, there's one in front of that electronics store. A: Oh, I see it. Thanks. / A: 不好意思，请问这附近有公交车站吗？ B: 啊，有的。你看，在那个电器专卖店前面。 A: 啊~我看到了。谢谢。 / A: Xin lỗi, quanh đây có trạm xe buýt không ạ? B: À, có đấy. Kìa, trước tiệm đồ điện kia. A: À, có rồi. Cảm ơn anh.

🔊 87

A：駅前に新しいビルができましたね。
B：え、そうですか。
A：ええ、ほら、東口の。10階建てぐらいの。

337 えきまえ　駅前
- 名 in front of the train station / 车站前 / trước nhà ga

338 ビル
- 名 building / 大楼 / cao ốc

339 できる
- 動2自 be built, be put up / 盖好 / mới xây

340 ひがしぐち　東口
- 名 east exit (or entrance) / 东出口 / cửa đông

341 ➕ にしぐち　西口
- 名 west exit (or entrance) / 西出口 / cửa tây

342 ➕ きたぐち　北口
　　名 north exit (or entrance) / 北出口 / cửa bắc

343 ➕ みなみぐち　南口
　　名 south exit (or entrance) / 南出口 / cửa nam

344 ～だて　～建て
　　接尾 ~-story / ～层楼 / tòa nhà ~ tầng

A: They put up a new building in front of the train station, huh? B: Oh, is that so? A: Yeah, you know, the one at the east exit. The one that's around ten stories. / A: 车站前的新大楼盖好了呢。 B: 诶！？真的吗？ A: 是的。就是那个东出口的那栋10层楼左右的。 / A: Trước nhà ga mới xây cao ốc mới nhỉ. B: Ơ, thế à? A: Ừ, đấy, tòa nhà khoảng 10 tầng ở cửa đông.

🔊 88

A：交差点のところに白いビルがあるでしょう。
　　こうさてん　　　　　　　　　しろ
B：ええ。
A：あのビルの屋上に、いいカフェがあるんですよ。
　　　　　　おくじょう
B：そうなんですか。

345 こうさてん　交差点
　　名 intersection / 十字路口 / giao lộ

346 おくじょう　屋上
　　名 roof, rooftop (area) / 天台 / tầng thượng

347 カフェ
　　名 café / 咖啡店 / tiệm cà phê, tiệm nước

A: See that white building at the intersection? B: Yeah. A: There's a nice café on its roof. B: Oh, really? / A: 十字路口那边不是有一栋白色大楼吗？ B: 嗯。 A: 那栋楼的天台，有一家很不错的咖啡店哦。 B: 这样子呀。 / A: Ở chỗ giao lộ có cao ốc trắng thấy không? B: Ừ. A: Trên tầng thượng cao ốc đó có tiệm cà phê hay lắm đấy. B: Thế à?

Topic 4 ● 町(まち)

🔊 89

A: この木(き)、ちょっと<u>じゃま</u>ですね。
B: ええ。狭(せま)い道(みち)だから、<u>ベビーカー</u>だと<u>通(とお)れません</u>ね。
A: <u>市役所(しやくしょ)</u>に相談(そうだん)してみましょうか。

348 じゃまな
- ナ being in the way / 碍事的 / vướng, cản trở

349 ベビーカー
- 名 stroller / 婴儿车 / xe đẩy em bé

350 とおる　通る
- 動1自 pass by, through / 过 / đi qua

351 しやくしょ　市役所
- 名 city office / 市公所 / ủy ban

A: This tree gets in the way a bit, don't you think? B: Yeah. On a narrow street like this, strollers can't pass by (safely). A. How about we ask the city office for assistance? / A: 这棵树，有点碍事吧。 B: 对呀。这条路这么小，如果是婴儿车，根本过不去。 A: 我们找市公所商量看看吧。 / A: Cái cây này hơi vướng nhỉ. B: Vâng, đường hẹp nên xe đẩy em bé không đi qua được. A: Thử trao đổi với ủy ban xem sao nhỉ.

🔊 90

A: <u>この間(あいだ)</u>、道(みち)で<u>携帯(けいたい)</u>を<u>落(お)として</u><u>困(こま)って</u>たんだけど。
B: うん。
A: <u>警察(けいさつ)</u>の人(ひと)がいて、一緒(いっしょ)に<u>探(さが)して</u>くれたんだ。
B: <u>親切(しんせつ)な</u><u>お巡(まわ)りさん</u>だね。

352 このあいだ　この間
- 名 副 the other day / 上次 / mới đây, dạo gần đây

353 けいたい(でんわ)　携帯(電話)
- 名 cell phone / 手机 / (điện thoại) di động

354 こまる　困る
- 動1自 have trouble / 困扰 / phiền, khó khăn

355 けいさつ　警察
- 名 police / 警察 / cảnh sát

356 さがす　探す
動1他 look for / 找 / tìm

357 しんせつな　親切な
ナ kind / 亲切的 / tử tế

358 おまわりさん　お巡りさん
名 police officer / 警察 / cảnh sát

A: I had some trouble the other day because I lost my cell phone somewhere on the street. B: Oh? A: There was a police officer nearby, and he helped me look for it. B: That's a kind police officer. / A: 上次我在路上弄丢手机，很困扰。 B: 嗯。 A: 结果有个警察在，陪我一起找。 B: 真是个亲切的警察呀。 / A: Mới đây, tôi làm rơi điện thoại di động, phiền ghê ấy. B: Ừm. A: Có anh cảnh sát cùng tìm giúp đấy. B: Anh cảnh sát tử tế nhỉ.

◀)) 91

A：これ、さくら市東区に送りたいんですけど、いくらですか。
B：はい。２２０グラムなので、３５０円でございます。こちらで切手を貼りましょうか。
A：はい、お願いします。

359 ～し　～市
接尾 ~ City / ～市 / thành phố ~

360 ～く　～区
接尾 ~ Ward / ～区 / quận ~

361 はる　貼る
動1他 stick (on), affix / 贴 / dán

A: I'd like to send this to Higashi Ward in Sakura City. How much will it be? B: All right. It weighs 220 grams, so that will be 350 yen. Do you want me to stick the stamp on it? A: Yes, please. / A: 我想把这个寄去SAKURA市东区，请问多少钱？ B: 好的。这个有220克，所以需要350日元。要我帮你贴邮票吗？ A: 好的，麻烦您了。 / A: Tôi muốn gửi cái này đến quận Higashi, thành phố Sakura thì mất bao nhiêu tiền ạ? B: Vâng, 220gam nên là 350 yên. Để tôi dán tem cho chị nhé. A: Vâng, cảm ơn.

Topic 4 ● 町
まち

A：ゆうべ、うちのアパートに泥棒が入ったんだよ。
B：えっ。怖いね。
A：うん。でも何も盗まれなかったって。その家の人が警察に連れていったみたい。

---

362 ゆうべ
- 名 last night / 昨晩 / tối hôm qua

363 どろぼう　泥棒
- 名 burglar / 小偷 / ăn trộm

364 こわい　怖い
- イ scary / 可怕 / sợ

365 ぬすむ　盗む
- 動1他 steal / 偷 / trộm

366 つれていく　連れていく
- 動1他 take (someone somewhere) / 带走, 带去 / dẫn đi

A: A burglar broke into someone's place at my apartment building last night. B: Wow, that's scary. A: Yeah, but they said that nothing was stolen. Apparently someone who lives there took the burglar to the police. / A: 昨晚我们公寓遭小偷了。 B: 诶，好可怕哦。 A: 嗯，不过听说什么都没被偷走。小偷被那家人带去警察局了。 / A: Tối hôm qua, căn hộ chỗ tôi có ăn trộm vào đấy. B: Ố, sợ nhỉ. A: Vâng, nhưng nghe nói không bị trộm thứ gì cả. Hình như người ở nhà đó dẫn đi đến cảnh sát rồi.

Topic 5

病院
びょう いん

At the Hospital / 医院 / Bệnh viện

No. 367-427

Topic 5 ●病院(びょういん)

🔊 93

A：こんにちは。今日(きょう)はどうしましたか。
B：風邪(かぜ)を<u>ひいた</u>みたいです。<u>熱(ねつ)</u>があって、<u>のど</u>が痛(いた)いです。
A：わかりました。では、<u>保険証(ほけんしょう)</u>をお願(ねが)いします。

---

367 ひく
動1他 catch / 感冒了 / bị cảm

368 ねつ 熱
名 fever / 发烧 / sốt

369 のど
名 throat / 喉咙 / cổ họng

370 (けんこう)ほけんしょう (健康)保険証
名 health insurance card / 医保卡 / thẻ bảo hiểm

A: Hello. What do you need help with today? B: I think I caught a cold. I have a fever and a sore throat. A: I see. May I see your health insurance card? / A: 你好。今天是哪里不舒服呢？ B: 我好像感冒了。还有发烧，喉咙也痛。 A: 我知道了。那请你出示医保卡。 / A: Chào anh. Hôm nay anh bị gì ạ? B: Hình như tôi bị cảm. Sốt và cổ họng thì đau. A: Tôi hiểu rồi. Vậy anh cho xem thẻ bảo hiểm ạ.

🔊 94

A：<u>首(くび)</u>の後(うし)ろに、何(なに)かできちゃって。ちょっと<u>血(ち)</u>も出(で)るんです。
B：あ、<u>触(さわ)らない</u>ほうがいいですよ。見(み)せてください。

---

371 くび 首
名 neck / 脖子 / cổ

372 ち 血
名 blood / 血 / máu

373 さわる 触る
動1他 touch / 摸 / sờ

A: I've got something on the back of my neck. It's bleeding a little. B: Oh, you shouldn't touch it. Let me have a look. / A: 脖子后面好像长了什么东西，还会出点血。 B: 啊，最好不要摸。给我看看。 / A: Đằng sau cổ tôi mọc cái gì ấy. Có chảy chút máu nữa. B: À, không nên sờ vào. Cho tôi xem nào.

🔊 95

A：Bさんは<u>ペット</u>飼ってますか。
B：いえ。犬がいたんですけど、去年病気で<u>死ん</u>じゃって。
A：ああ…。それは<u>悲しかった</u>ですね。

374 ペット
名 pet / 宠物 / thú cưng

375 しぬ　死ぬ
動1自 die, pass away / 死掉 / chết

376 かなしい　悲しい
イ sad / 伤心 / buồn

A: Do you have any pets? B: No. I had a dog, but it got sick and passed away last year. A: Oh. That must have been sad for you. / A: B小姐你有养宠物吗？ B: 没有。我本来有一只狗，但去年生病死掉了。 A: 啊…。那真伤心。 / A: Chị B có nuôi thú cưng không? B: Không. Tôi từng nuôi chó nhưng năm ngoái, nó chết ở bệnh viện rồi. A: Ố…, nghe buồn quá.

🔊 96

A：今朝からずっと<u>気分</u>が悪くて、何も食べられないんです。
<u>ルームメート</u>の風邪が<u>うつった</u>かもしれません。
B：そうですか。せきは出ますか。

377 きぶん　気分
名 feeling, mood / 感觉 / cảm giác

378 ルームメート
名 roommate / 室友 / bạn cùng phòng

379 うつる
動1自 become infected / 传染 / bị lây

A: I haven't been feeling well since this morning, and I don't feel like eating anything. I might have caught my roommate's cold. B: I see. Do you have a cough? / A: 我从今天早上开始一直感觉很不舒服，什么都吃不下。可能是被室友传染了感冒。 B: 这样呀。会咳嗽吗？ / A: Suốt từ sáng tôi cứ có cảm giác khó chịu, không ăn được gì. Có lẽ tôi đã bị lây cảm từ bạn cùng phòng. B: Vậy à? Có bị ho không?

Topic 5 ● 病院

🔊 97

A：Bさん、カーテンの中へどうぞ。
B：はい。
A：じゃ、上の服を脱いでこれを着てください。アクセサリーは取って下着も脱いでください。

380 カーテン
名 curtain / 窗帘 / rèm

381 アクセサリー
名 accessory, jewelry / 饰品 / đồ trang sức

382 とる　取る
動1他 remove / 摘掉 / tháo, lấy ra

383 したぎ　下着
名 underwear / 内衣 / áo lót

A: B-san, please come inside the curtain. B: Okay. A: All right, please take off your top and put this on. Please also remove any jewelry and take off your underwear. / A: B小姐，请进来窗帘里面。 B: 是。 A: 那请你把上衣脱掉换上这个。内衣也要脱，然后把饰品都摘掉。 / A: Chị B, xin mời vào trong rèm. B: Vâng. A: Bây giờ, vui lòng cởi áo và mặc cái này vào. Chị tháo đồ trang sức và cởi cả áo lót.

🔊 98

A：今日はどうなさいましたか。
B：昨日の夕方から急に熱が上がって…。背中と腕も痛いんです。
A：そうですか。インフルエンザかもしれませんね。

384 ゆうがた　夕方
名 evening / 傍晚 / chiều tối

385 きゅうに　急に
副 suddenly / 突然 / thình lình

386 せなか　背中
名 back / 背 / lưng

387 うで　腕
名 arm / 手臂 / cánh tay

388 **インフルエンザ**

名 the flu / 流感 / cúm

A: What's the problem? B: I suddenly started getting a fever yesterday evening. My back and arms hurt. A: I see. It might be the flu. / A: 今天是哪里不舒服呢？ B: 昨天傍晚突然发烧…，背和手臂都好痛。 A: 这样呀，那可能是感染了流感。 / A: Hôm nay anh thế nào? B: Từ chiều tối hôm qua thình lình bị sốt…Cả lưng và cánh tay đều đau. A: Vậy à? Có thể anh bị cúm rồi.

🔊 99

A：<u>やっぱり</u>インフルエンザですね。

B：そうですか。

A：１日２回、５日<u>間</u>、薬を飲んでください。<u>他</u>の人に<u>うつさ</u>
<u>ない</u>ように、<u>マスク</u>をしてください。
　いちにち に かい　いつか かん　　くすり　の　　　　　　　ほか ひと

389 **やっぱり**

副 just as I thought / 果然 / đúng là

390 **〜かん　〜間**

接尾 for ~ (period of time) / 〜之间 / trong ~

391 **ほか　他**

名 other / 其他 / khác

392 **うつす**

動1他 infect, spread / 传染 / lây

393 **マスク**

名 mask / 口罩 / khẩu trang

A: Just as I thought, you've got the flu. B: Really? A: Take this medicine twice a day for five days. Please wear a mask so that you don't infect other people. / A: 果然是流感。 B: 这样呀。 A: 这5天之间吃这副药，1天吃2次。要戴口罩，注意不要传染给其他人。 / A: Đúng là cúm rồi. B: Vậy ạ? A: Anh uống thuốc trong 5 ngày, 1 ngày 2 lần nhé. Đeo khẩu trang để không lây cho người khác.

Topic 5 ● 病院(びょういん)

🔊 100

A：こちらが、熱を下げるお薬です。
B：はい。
A：少し苦いので、お子さんの好きな物、例えば、アイスに混ぜて食べさせてもいいですよ。

394 さげる　下げる
　　動2他 reduce / 退 / hạ, làm thấp

395 にがい　苦い
　　イ bitter / 苦 / đắng

396 おこさん　お子さん
　　名 (your/someone's) child / 孩子 / trẻ

397 たとえば　例えば
　　副 such as, for example / 比如 / ví dụ

A: This is medicine for reducing a fever. B: Okay. A: It has a bitter taste, so when you give it to your child, you may want to mix it with something that he or she likes, such as ice cream. / A: 这就是退烧药。 B: 是。 A: 有一点苦，所以你可以拌在孩子喜欢吃的东西里面，比如说冰淇淋什么的。 / A: Đây là thuốc hạ sốt. B: Vâng. A: Hơi đắng nên chị trộn với đồ gì trẻ thích ví dụ như kem để cho trẻ ăn cũng được.

🔊 101

A：Bさん、具合はどうですか。
B：ええ、おかげさまで、だいぶいいです。心配をかけてすみません。

398 ぐあい　具合
　　名 condition / 身体状况 / trong người, tình trạng sức khỏe

399 おかげさまで
　　句 fortunately, thanks to you / 托你的福 / ơn trời, cũng may là

400 だいぶ
　　副 much / 很 / nhiều

401 しんぱい[する]　心配[する]
　　名 動3他 anxiety, worry (about) / 担心[担心] / lo lắng, sự lo lắng

402 かける
動2他 make (worry, etc.) / 让 / gây

A: How are you feeling, B-san? B: Much better, fortunately. I'm sorry for making you worry. / A: B先生，你身体状况怎么样？ B: 嗯，托你的福，很不错。不好意思让你们担心了。 / A: Anh B thấy trong người thế nào rồi? B: Vâng, ơn trời là tốt nhiều rồi. Xin lỗi vì đã gây lo lắng cho mọi người.

🔊 102

A：病院行ってきた？ 指、どうだった？
B：うん。ちょっと折れてるって言われた。
A：そうなんだ。
B：軽いからすぐ治るって。
A：早く良くなるといいね。

403 ゆび　指
名 finger / 指头 / ngón tay

404 おれる　折れる
動2自 become broken / 骨折 (折断) / gãy

405 かるい　軽い
イ small, minor / 轻微 / nhẹ

406 なおる　治る
動1自 heal / 痊愈 / lành

407 よくなる　良くなる
動1自 get better / 恢复 / lành, tốt lên

A: Did you go to the hospital? What about your finger? B: Yeah. They said it's broken a little. A: Oh? B: They said it will heal quickly since it's just a small fracture. A: I hope it gets better soon. / A: 你去医院了吗？指头怎么样了？ B: 嗯。说是有点骨折。 A: 是哦。 B: 不过说很轻微，马上就会痊愈。 A: 希望你能快点恢复。 / A: Đi bệnh viện về rồi à? Ngón tay em sao rồi? B: Ừm, bác sĩ nói gãy một chút. A: Vậy sao? B: Bác sĩ nói nhẹ nên lành ngay thôi. A: Mau lành thì tốt nhỉ.

Topic 5 ● 病院

🔊 103

A：ああ、歯が痛い…。
B：大丈夫ですか。歯医者に行ったほうがいいですよ。
A：ええ。でも、嫌なんですよ。何度も通わなければならないし。
B：一回で治してくれたらいいんですけどね。

408 はいしゃ　歯医者
　　 名 dentist / 牙医 / nha sĩ

409 いやな　嫌な
　　 ナ unpleasant / 讨厌 / ghét

410 なんども　何度も
　　 副 many times / 好几次 / bao nhiêu lần

411 なおす　治す
　　 動1他 cure / 治好 / chữa

A: Oh, my tooth hurts. B: Are you okay? You should see a dentist. A: Yeah. I don't like to, though. You have to keep going back many times. B: I hope they can cure it in just one visit. / A: 啊～牙齿好疼… B: 没关系吗？我觉得你要去看牙医比较好哦。 A: 诶…。可是我讨厌看牙医呀。而且还要去好几次。 B: 如果医生能一次治好就好了。 / A: Ôi, đau răng quá… B: Có sao không? Nên đi nha sĩ đi. A: Vâng, nhưng mà ghét lắm. Phải đi không biết bao nhiêu lần. B: Phải mà chữa 1 lần thì đỡ nhỉ.

🔊 104

A：Cさん、2週間ぐらい入院するそうですよ。
B：そうなんですか。
A：もし行けそうだったら、お見舞いに行きましょうか。
B：ええ、そうですね。

412 にゅういん[する]　入院[する]
　　 名 動3自 hospitalization, go into the hospital / 住院[要住院] / nhập viện, sự nhập viện

413 もし
　　 副 if / 如果 / nếu

414 （お）みまい　（お）見舞い
　　 名 visiting (someone who is sick) / 探病 / thăm bệnh

A: I heard that C-san is going to be in the hospital for about two weeks. B: Is that so? A: If you can make it, how about paying him a visit with me? B: Sure, let's do that. / A: 听说C先生好像要住院2个星期左右呢。 B: 是这样呀。 A: 如果可以，我们一起去探病吧。 B: 嗯。好呀。 / A: Nghe nói anh C nhập viện khoảng 2 tuần đấy. B: Vậy à? A: Nếu đi được thì chúng ta đi thăm bệnh không? B: Vâng, cũng được.

🔊 105

A：足、どうしたんですか。
B：ちょっとけがしてしまいました。
A：ええっ。
B：バイクを止めていたんですけど、それが倒れてしまって。私のバイク、200キロぐらいあるので。
A：そうですか。お大事にしてくださいね。

415 けが[する]
名 動3他 injury, injure, hurt (something) / 受伤[受伤] / bị thương, vết thương

416 バイク
名 motorcycle / 摩托车 / xe máy

417 とめる　止める
動2他 park / 停 / ngừng

418 たおれる　倒れる
動2自 fall over / 倒 / ngã

419 ～キロ(グラム)
接尾 ～ kilograms / ～公斤 / ~ kg

420 おだいじに(してください)　お大事に(してください)
句 Take care (of yourself), look after / 多多保重 / (Hãy) giữ sức khỏe, bảo trọng

A: What's wrong with your foot? B: I hurt it a little. A: What? B: My motorcycle was parked, and it fell over (on my foot). My bike weighs about 200 kilograms (so it's heavy). A: Oh, really? Be sure to look after your foot, okay? / A: 你的脚怎么了？ B: 我受了点伤。 A: 诶诶！？ B: 我在停摩托车的时候，车倒下来了。我的摩托车有200公斤左右呢。 A: 这样呀。要多多保重哦。 / A: Bàn chân anh sao vậy? B: Lỡ bị thương một chút. A: Ôi. B: Tôi đã dừng xe máy mà nó bị ngã. Xe của tôi khoảng 200kg nên… A: Vậy à? Anh giữ sức khỏe nhé.

Topic 5 ● 病院　びょういん

Topic 5 ●病院(びょういん)

🔊 106

A:うちの子犬(こいぬ)に手(て)をかまれちゃったんです。
B:親指(おやゆび)ですね。このぐらいなら、1週間(いっしゅうかん)すればたいてい治(なお)りますよ。

421 こいぬ　子犬
名 puppy / 小狗 / chó con, cún

422 かむ
動1他 bite / 咬 / cắn

423 おやゆび　親指
名 thumb / 大拇指 / ngón tay cái

424 たいてい
名 副 usually / 大概 / đại khái

A: I got bitten on my hand by my puppy. B: Your thumb was bitten, right? A wound like this usually heals in about a week. / A: 我的手被我家的小狗咬了。 B: 大拇指是吧。这样的伤，大概一周就可以痊愈。 / A: Tôi bị con chó con ở nhà cắn. B: Ngón tay cái nhỉ. Chừng này thì đại khái 1 tuần là khỏi.

🔊 107

頭(あたま)が痛(いた)くなるのは、スマホと関係(かんけい)があるかもしれません。まずは、1日1時間(いちにちいちじかん)までにしましょう。それ以外(いがい)に、特別(とくべつ)なことはしなくていいです。

425 かんけいがある　関係がある
句 have something to do with, be related to / 有关 / có liên quan

426 〜いがい　〜以外
接尾 apart from 〜 / 〜以外 / ngoài 〜, ngoại trừ 〜

427 とくべつな　特別な
ナ special / 特别的 / đặc biệt

Your smartphone use might have something to do with your headaches. For starters, you should try limiting your smartphone use to no more than an hour a day. Apart from that, there's nothing special you need to do. / 头会痛，可能和手机有关。首先，把手机的时间改为1天1小时。除了这个以外，并不需要做什么特别的事。 / Có thể việc đau đầu có liên quan đến điện thoại thông minh. Trước tiên, hãy giới hạn tối đa 1 ngày 1 tiếng. Ngoại trừ việc đó, không cần phải làm gì đặc biệt.

84

Topic 6

駅
えき

At the Train Station / 车站 / Nhà ga

No. 428-487

Topic 6 ● 駅(えき)

🔊 108

（車内(しゃない)のアナウンス）この電車(でんしゃ)は、高尾(たかお)行(ゆ)きです。青梅(おうめ)行きをご利用(りよう)のお客様(きゃくさま)は、次(つぎ)の立川駅(たちかわえき)で、１番線(いちばんせん)に乗(の)り換(か)えてください。

428 ～ゆき／いき　～行き
接尾　bound for ~ / ~方向 / chuyến ~

429 りよう[する]　利用[する]
名　動3他　usage, use, take (train, etc.) / 利用[利用] / sử dụng, sự sử dụng

430 のりかえる　乗り換える
動2自　transfer / 转乘 / đổi tàu / xe

(Announcement on train) This train is bound for Takao. If you wish to take the train bound for Ome, please transfer to Track 1 at the next stop, Tachikawa Station. / (车内广播) 这辆电车将前往「高尾」方向。要前往「青梅」方向的乘客请在下一站「立川」车站转乘1号线。 / (Tiếng loa thông báo trong tàu) Tàu điện này là chuyến Takao. Hành khách sử dụng chuyến Oume vui lòng đổi tàu sang tuyến số 1 ở ga Tachikawa tiếp theo.

🔊 109

A：４番線(よんばんせん)、出発(しゅっぱつ)します。ドア、閉(し)まります。
B：ああっ。乗(の)り遅(おく)れた！終電(しゅうでん)だったのに！

431 しゅっぱつ[する]　出発[する]
名　動3自　departure, depart / 发车[发车] / xuất phát, sự xuất phát

432 しまる　閉まる
動1自　close / 关 / đóng

433 のりおくれる　乗り遅れる
動2自　miss (a train, etc.) / 没赶上 / lên tàu / xe trễ

434 しゅうでん／さいしゅうでんしゃ　終電／最終電車
名　last train of the day / 最后一班电车 / chuyến cuối

A: The train on Track 4 is departing. The doors will now close. B: Oh, I missed my train! And it was the last one! / A: 4号线准备发车。门即将关闭。 B: 啊呀！没赶上！那可是最后一班电车呀！ / A: Tuyến số 4 sẽ xuất phát. Cửa sẽ đóng. B: À á, trễ mất rồi! Là chuyến cuối rồi vậy mà!

🔊 110

A：あっ！これ、急行だから鶴川駅に止まらないね。
B：そうだね。乗る電車、間違えた…。
A：町田駅まで行って戻ろう。

435 きゅうこう　急行
名 express (train) / 急行 / chạy nhanh

436 まちがえる　間違える
動2他 mistake, do the wrong thing / 错 / nhầm

437 もどる　戻る
動1自 head back, return / 回去 / quay lại

A: Uh-oh! This is the express, so it won't stop at Tsurukawa Station, will it? B: You're right! We got on the wrong train. A: Let's take it to Machida Station and head back from there. / A: 啊！这是急行电车，所以鹤川站不会停的。 B: 对呀！搭错车了… A: 等到了町田站再回去吧。 / A: Á! Tàu này là chạy nhanh nên không dừng ở ga Tsurukawa nhỉ. B: Ừ nhỉ! Mình nhầm tàu rồi… A: Đi đến ga Machida rồi quay lại thôi.

🔊 111

A：やっぱり、特急電車にしてよかったですね。
B：ええ。乗り換えもないし、シートもやわらかいし、楽ですね。

438 とっきゅう　特急
名 limited express (train) / 特急 / đặc cấp

439 のりかえ　乗り換え
名 transfer / 转车 / đổi tàu / xe

440 やわらかい
イ soft / 软 / êm

441 らくな　楽な
ナ cushy, effortless / 舒适 / khỏe

A: No doubt taking the limited express was the right idea, huh? B: I'll say. No transfers and the seats are soft, so it's cushy, isn't it? / A: 选特急电车果然没错！ B: 嗯。也不用转车，而且座椅又软，好舒适哦。 / A: Đúng là chọn tàu đặc cấp tốt quá nhỉ. B: Ừ, không phải đổi tàu mà ghế lại êm, khỏe ghê.

Topic 6 ● 駅 えき

Topic 6 ● 駅(えき)

🔊 112

A：もしもし、Bさん。着きましたか。
B：はい。今、切符売り場の前です。
A：私たち、5番の出口にいます。区役所の方です。

---

442 きっぷうりば　切符売り場
　[名] ticket machines, ticket office / 售票口 / quầy bán vé

443 わたしたち　私たち
　[名] we / 我们 / chúng tôi

444 ～ばん　～番
　[接尾] No. ~ / ~号 / số ~

445 でぐち　出口
　[名] exit / 出口 / cửa ra

446 くやくしょ　区役所
　[名] ward office / 区公所 / ủy ban quận

447 ほう　方
　[名] in the direction of, toward / 方向 / phía, hướng

A: Hi, B-san. Did you make it? B: Yeah, I'm in front of the ticket machines now. A: We're all at Exit No. 5. It's in the direction of the ward office. / A: 喂～。B先生你们到了吗？ B: 到了。现在在售票口前面。 A: 我们现在在5号出口。靠近区役所的方向。 / A: Alô, B à. Cậu đến chưa? B: Ờ, bây giờ trước quầy bán vé. A: Chúng tôi ở cửa ra số 5. Phía ủy ban quận.

🔊 113

（ホームのアナウンス）お客様に申し上げます。東西線は、ただいま15分遅れで運行しております。
A：アナウンス、今何て言った？
B：電車が15分遅れてるって。

---

448 もうしあげる　申し上げる
　[動2他] say [humble expression] / 报告 / thông báo (kính ngữ)

449 ～せん　～線
　[接尾] ~ Line / ~线 / tuyến ~

450 **～おくれ　～遅れ**
接尾　~ delay / 延迟~ / trễ ~

451 **おくれる　遅れる**
動2自　be late / 慢 / chậm trễ, muộn

(Announcement on train platform) Attention, all passengers. Trains on the Tozai Line are currently experiencing a 15-minute delay. A: What did they say? B: They said that the Tozai Line trains are running 15 minutes late. / 报告各位乘客。东西线的班次目前延迟了15分钟。A: 刚刚广播说什么？ B: 说电车会慢15分钟。/ (Tiếng loa thông báo ở sân ga) Xin thông báo đến hành khách. Tuyến Tozai sẽ vận hành trễ 15 phút. A: Loa nói gì vậy? B: Nói là tàu trễ 15 phút.

🔊 114

A：２７分の電車には間に合わないね。
B：１０分おきに出てるから、そんなに急がなくても大丈夫だよ。次のに乗ろう。

452 **まにあう　間に合う**
動1自　make it on time / 赶上 / kịp giờ

453 **～おき**
接尾　every ~ / 每隔~ / cách ~

454 **そんなに**
副　such, that much / 那么 / như thế

455 **いそぐ　急ぐ**
動1自　hurry / 着急 / gấp gáp, vội vàng

A: We're not going to make the train that leaves at 27 minutes (after the hour), are we? B: The trains come every ten minutes, so we don't need to be in such a hurry. Let's just take the next one. / A: 赶不上27分的电车了。 B: 反正每隔10分钟就有一班，不用那么着急也没关系。我们搭下一班。 / A: Không kịp chuyến tàu 27 phút rồi nhỉ. B: Cách 10 phút có một chuyến nên không gấp như thế cũng được mà. Đi chuyến tiếp theo thôi.

Topic 6 ● 駅
えき

🔊 115

A：あ、この手袋、落とし物ですよね。
B：そうですね。駅員さんに届けましょうか。
A：あ！あの、すみません。これ、そこに落ちてました。
C：あ、どうもありがとうございます。

---

456 てぶくろ　手袋
　　名 glove / 手套 / găng tay

457 えきいん　駅員
　　名 train station worker / 车站人员 / nhân viên nhà ga

458 とどける　届ける
　　動2他 hand over, turn in / 送去 / đưa cho, gửi đến

459 おちる　落ちる
　　動2自 fall, be dropped / 掉 / rơi

A: Oh, someone lost this glove, huh? B: I guess. Want to hand it over to a station worker? A: There's one! Um, excuse me. I found this on the floor over there. C: Oh, thank you. / A: 啊，这个手套是遗失物吧？ B: 好像是。我们送去给车站人员。 A: 啊！那个，不好意思。这个掉在那里哦。 C: 啊，非常感谢。 / A: A, chiếc găng tay này là đồ đánh rơi này. B: Ừ nhỉ. Đưa cho nhân viên nhà ga thôi. A: Xin lỗi anh, cái này rơi ở đằng kia. C: À, cảm ơn chị.

🔊 116

A：週末は、何しましたか。
B：名古屋に遊びに行ってきました。
A：息子さんも一緒に？
B：ええ。初めて新幹線に乗って、とても喜んでました。

460 しゅうまつ　週末
　名 weekend / 周末 / cuối tuần

461 なごや　名古屋
　名 Nagoya [name of city] / 名古屋 / Nagoya

462 むすこ　息子
　名 son / 儿子 / con trai

463 しんかんせん　新幹線
　名 bullet train, Shinkansen / 新干线 / tàu shinkansen

464 よろこぶ　喜ぶ
　動1他 be happy / 开心 / vui mừng

A: What did you do on the weekend? B: We went to Nagoya for fun. A: Did your son go, too? B: Yeah. It was his first time to ride a bullet train, so he was really happy. / A: 你周末做了什么? B: 我去名古屋玩哦。 A: 儿子也一起去？ B: 嗯。他第一次搭新干线，非常开心呢。 / A: Cuối tuần anh làm gì? B: Tôi đi Nagoya chơi. A: Với cả con trai à? B: Vâng, lần đầu nó được đi tàu shinkansen nên vui mừng lắm.

◀)) 117

A：どこか、缶を捨てるところあるかな。
B：駅の中にごみ箱あるよ。エスカレーターの横。

465 かん　缶
　名 can / 罐子 / lon

466 エスカレーター
　名 escalator / 手扶梯 / thang cuốn

467 よこ　横
　名 next to / 旁边 / bên hông

A: Is there somewhere I can get rid of this can? B: There's a wastebasket inside the station. It's next to the escalator. / A: 有没有地方可以丢罐子呀？ B: 车站里有垃圾桶哦。在手扶梯的旁边。 / A: Có chỗ nào vứt lon không nhỉ? B: Trong nhà ga có thùng rác đấy. Bên hông thang cuốn.

Topic 6 ● 駅(えき)

🔊 118

A：この時間は電車が<u>混んで</u>ますね。
B：ええ。東京は人が<u>多すぎます</u>よ…。
A：そうですね。<u>特に</u>、新宿駅とか池袋駅は<u>ひどい</u>ですよね。

---

468 こむ　混む
動1自 be crowded / 好多人 / đông

469 ～すぎる
動2自 too ~ / 太~了 / ~ quá

470 とくに　特に
副 especially / 尤其是 / đặc biệt

471 ひどい
イ bad, terrible / 糟糕 / kinh khủng, tồi tệ

A: The trains are crowded at this time, don't you think? B: Yeah. Tokyo has way too many people. A: I'll say. It's especially bad at stations like Shinjuku and Ikebukuro. / A: 这个时间点, 电车好多人哦。 B: 是呀。东京就是人太多了… A: 你说的对。尤其是新宿车站, 池袋车站真的很糟糕。 / A: Giờ này tàu đông nhỉ? B: Vâng, Tokyo người đông quá … A: Đúng nhỉ. Đặc biệt là ga Shinjuku và ga Ikebukuro thì kinh khủng.

🔊 119

A：昨日、雨が降ったでしょう。
B：うん。
A：傘を<u>差した</u>まま、駅の中を歩いちゃって。
B：あはは。<u>気がつかなかった</u>の？
A：うん。<u>恥ずかしかった</u>。

---

472 さす　差す
動1他 hold (an umbrella) / 撑 / che (dù)

473 きがつく　気がつく
動1自 notice / 注意 / nhận ra

474 はずかしい　恥ずかしい
イ be embarrassing / 丢脸 / ngại, xấu hổ

A: So it rained yesterday, right? B: Uh-huh. A: I ended up walking through the train station still holding my umbrella open. B: Ha-ha. You didn't notice? A: No. It was embarrassing. / A: 昨天不是下雨了吗？ B: 嗯。 A: 我走进车站后还一直撑着伞。 B: 啊哈哈。你都没注意到吗？ A: 嗯。好丢脸哦。 / A: Hôm qua trời mưa đúng không? B: Ừm. A: Tớ cứ che dù mà đi trong nhà ga đấy. B: Ahaha. Cậu không nhận ra à? A: Ừm, ngại chết được.

🔊 **120**

A：引っ越しの準備は、終わりましたか。
B：ううん、これから片付け。あしたの昼間、準備する。
A：そうですか。じゃ、どうぞお元気で。
B：うん、Aさんも。

475 ひっこし[する]　引っ越し[する]
名 動3自 moving, move / 搬家[搬家] / chuyển nhà, sự chuyển nhà

476 じゅんび[する]　準備[する]
名 動3他 preparation, get ready / 准备[做准备] / chuẩn bị, sự chuẩn bị

477 これから
副 from now, (have) yet (to do something) / 现在开始 / từ bây giờ

478 かたづけ　片付け
名 putting things away / 整理 / sự dọn dẹp

479 ひるま　昼間
名 during the day, daytime / 白天 / ban ngày

480 おげんきで　お元気で
句 Take care / 多保重 / (Anh/Chị) Giữ sức khỏe, Chúc mạnh khỏe

A: Have you finished getting ready to move? B: Nah, I haven't started putting things away yet. I'll get ready during the day tomorrow. A: Oh? Well, take care, then. B: All right, you, too. / A: 搬家都准备好了吗？ B: 还没，现在开始要整理。明天白天再做准备。 A: 这样呀。那你要多保重哦。 B: 嗯！你也是。 / A: Chị chuẩn bị dọn nhà xong chưa? B: Ừm, từ bây giờ mới dọn dẹp. Ngày mai thì chuẩn bị. A: Vậy ạ? Vậy chị giữ sức khỏe nhé. B: Ừm, A cũng vậy nhé.

Topic 6 ● 駅
えき

🔊 121

A：駅の工事、再来年まで続くみたいだね。
B：きれいな駅になったら、町の人口が多くなるかもね。

---

481 さらいねん　再来年
- 名 the year after next / 后年 / năm tới nữa, hai năm nữa

482 つづく　続く
- 動1自 last, continue / 持续 / kéo dài, tiếp tục

483 じんこう　人口
- 名 population / 人口 / dân số

A: It looks like the construction work at the train station is going to last until the year after next. B: If it turns into a nice-looking station, our town's population might grow, don't you think? / A: 车站的工程，好像要持续到后年呢。 B: 如果车站变漂亮了，这个城市的人口说不定也会增加。 / A: Công trình xây dựng nhà ga hình như kéo dài đến năm tới nữa nhỉ. B: Nếu thành một nhà ga đẹp thì dân số thị trấn sẽ tăng lên không chừng nhỉ.

🔊 122

A：２８日か２９日に、このツアーに行きたいんですが。
B：申し訳ありません。満席です。旅行の方が多い週なので。
もしキャンセルがあれば、連絡をいたします。

---

484 まんせき　満席
- 名 completely booked / 客满 / hết chỗ, đầy người

485 しゅう　週
- 名 week / 周 / tuần

486 ➕ つき　月
- 名 month / 月 / tháng

487 いたす
- 動1他 do [humble form of する] / 会 (「する」的谦让语) / làm (từ khiêm nhường của "する")

A: I'd like to go on this tour on the 28th or the 29th. B: I'm sorry, but it's completely booked, since it's a busy week for travel. If anyone cancels, we'll get in touch with you. / A: 我想在28号，29号去参加这个旅游团。 B: 非常抱歉。客满了。这一周比较多人去旅游，如果有人取消，我会联系您的。 / A: Tôi muốn đi tour này vào ngày 28 hoặc 29. B: Xin lỗi quý khách, đã hết chỗ rồi ạ. Vì là tuần đông người đi du lịch. Nếu có người hủy tour thì chúng tôi xin phép liên lạc ạ.

Topic 7

観光地
かんこうち

Sightseeing / 观光地 / Điểm du lịch

No. 488-585

Topic 7 ● 観光地(かんこうち)

🔊 123

A：京都(きょうと)、<u>楽(たの)しみ</u>だね。
B：そうだね！<u>お寺(てら)</u>たくさん見よう。
A：うん。それから、<u>着物(きもの)</u>借(か)りて、町(まち)を散歩(さんぽ)しよう。

---

488 たのしみ　楽しみ
　名 fun, looking forward to / 期待 / sự mong chờ, niềm vui

489 （お）てら　（お）寺
　名 temple / 寺庙 / chùa chiền, ngôi chùa

490 きもの　着物
　名 kimono / 和服 / kimono, đồ mặc

A: I'm really looking forward to Kyoto. B: Same here! Let's see a lot of temples. A: Yeah, and let's rent some kimono and walk around town (in them). / A: 好期待京都哦。 B: 对呀！一定要去很多寺庙。 A: 嗯，还要租和服穿，到街上散步。 / A: Em mong chờ đến Kyoto ghê. B: Ừ! Chúng mình sẽ ngắm thật nhiều chùa chiền. A: Ừm, sau đó thuê kimono đi dạo phố nhé.

🔊 124

A：<u>鍵(かぎ)かけた</u>？<u>忘(わす)れ物(もの)</u>もないね。じゃ、出発(しゅっぱつ)！
B：<u>行(い)き</u>はいいけど、<u>帰(かえ)り</u>は混こみそうだね。
A：うん。<u>安全運転(あんぜんうんてん)</u>で行(い)きましょう。

---

491 かぎ　鍵
　名 key / 钥匙 / chìa khóa

492 かける
　動2他 lock / 锁上 / khóa (cửa)

493 わすれもの　忘れ物
　名 something forgotten, left behind / 忘记东西 / đồ để quên

494 いき　行き
　名 the way there / 去 / lượt đi

495 かえり　帰り
　名 the way back / 回 / lượt về

496 あんぜんうんてん　安全運転
　名 driving safely / 安全驾驶 / lái xe an toàn

A: Did you lock the door? We haven't forgotten anything, have we? All right, let's go! B: Traffic should be okay on the way there, but it'll probably be crowded on the way back. A: Yeah, let's drive safely. / A: 钥匙锁上没？没忘记东西吧？那出发喽！ B: 去是无所谓，但回的时候好像会塞车。 A: 嗯，要注意安全驾驶。 / A: Em khóa cửa chưa? Cũng không có đồ gì để quên nhỉ. Nào, xuất phát! B: Lượt đi thì thoải mái chứ lượt về có vẻ đông nhỉ. A: Ừm, lái xe an toàn đi thôi!

🔊 125

A：Bさん、顔が青いですよ。大丈夫ですか。
B：ええ…ちょっと乗り物に弱くて…。ときどき気持ち悪くなるんです。
A：よかったら、薬どうぞ。もうすぐ着きますからね。
B：はい…。

497 **かおがあおい** 顔が青い
□ イ (someone) looks pale / 脸色苍白 / sắc mặt xanh xao

498 **のりもの** 乗り物
□ 名 vehicle, car / 交通工具 / tàu xe, phương tiện giao thông

499 **よわい** 弱い
□ イ be prone to, not do well with / 受不了 / không giỏi, yếu

500 **きもち(が)わるい** 気持ち(が)悪い
□ イ feel nauseous / 不舒服 (恶心) / cảm giác khó chịu

501 **もうすぐ**
□ 副 soon / 快要 / sắp, sắp sửa

A: You look pale. Are you okay? B: Yeah, but I'm a little prone to carsickness. Sometimes I feel nauseous. A: If you like, try this medicine. We'll be there soon. B: Okay. / A: B先生，你脸色好苍白哦。没关系吗？ B: 嗯…我比较受不了搭乘交通工具…。有时候就会感到不舒服（恶心） A: 如果可以，你先吃这个药吧。就快要到了。 / A: Anh B này, sắc mặc anh xanh xao quá. Có sao không? B: Vâng.. tôi không giỏi đi tàu xe… Nên đôi khi có cảm giác khó chịu. A: Anh uống thuốc này xem. Với lại cũng sắp đến rồi. B: Vâng…

Topic 7 ● 観光地

🔊 126

A：再来週の休み、どこかに行こうか。
B：僕、動物園に行きたい！
A：いいね。何の動物が見たい？
B：へびとライオン！
A：え、へびか…。気持ち悪そうだなあ。

---

502 さらいしゅう　再来週
　名 the week after next / 下下星期 / tuần tới nữa

503 どうぶつえん　動物園
　名 zoo / 动物园 / sở thú

504 へび
　名 snake / 蛇 / con rắn

505 きもち(が)わるい　気持ち(が)悪い
　イ gross, disgusting / 恶心 / cảm giác ghê ghê

A: Want to go somewhere for the holiday the week after next? B: I want to go to the zoo! A: That's a good idea. What animals do you want to see? B: Snakes and lions! A: What, snakes? That'll be gross I think. / A: 下下星期的假日，我们去哪里？ B: 我想去动物园！ A: 好呀，你想看什么动物？ B: 蛇和狮子！ A: 诶，看蛇…。好像有点恶心。 / A: Kỳ nghỉ tuần tới nữa, mình đi đâu đó không? B: Con muốn đi sở thú! A: Được thôi. Con muốn xem con gì nào? B: Con rắn với con sư tử! A: Ồ, rắn á? Cảm giác ghê ghê là.

🔊 127

A：きれいな港ですね。
B：ええ。昔の建物がたくさん残っているそうですよ。

---

506 みなと　港
　名 harbor / 港口 / bến cảng

507 むかし　昔
　名 old times / 以前 / ngày xưa

508 のこる　残る
　動1自 remain / 留下来 / còn lưu lại, còn lại

A: This is a beautiful harbor, isn't it? B: Yeah. I heard that there are still lots of old buildings around it. / A: 好漂亮的港口。 B: 是的。听说有很多建筑物都是以前留下来的。 / A: Bến cảng đẹp nhỉ. B: Ờ. Nghe nói có nhiều tòa nhà xưa còn lưu lại.

◆)) 128

A：お部屋は８１０号室です。
B：はい。
A：お風呂のご案内をいたします。男性は１０階、女性は１１階にお風呂がございます。

509 ～ごうしつ　～号室
- 接尾 Room ～ / ～号房 / phòng số ～

510 ご～
- 接頭 [respectful prefix for nouns] / 请～ (可以加在名词前面使用，表达尊敬之意) / ～ (đứng trước danh từ, thể hiện sự tôn kính)

511 あんない[する]　案内[する]
- 名 動3他 guidance, show to / 介绍[做介绍] / sự hướng dẫn, hướng dẫn

512 だんせい　男性
- 名 man / 男士 / nam, nam giới

513 じょせい　女性
- 名 woman / 女士 / nữ, nữ giới

514 ござる
- 動1自 be [humble expression for ある] / 在(「ある」的谦让语) / ở, có (từ khiêm nhường của "ある")

A: You're in Room 810. B: Okay. A: I'll show you to the baths. The men's bath is on the 10th floor, and the women's bath is on the 11th floor. / A: 房间是810号房。 B: 好。 A: 请让我来介绍一下，关于大众澡堂，男士在10楼，而女士的澡堂则在11楼。 / A: Phòng của quý khách là phòng số 810. B: Vâng. A: Tôi xin phép hướng dẫn về phòng tắm. Phòng tắm nam ở tầng 10 và nữ ở tầng 11 ạ.

Topic 7 ● 観光地(かんこうち)

🔊 129

A：田中様(たなかさま)は、海側(うみがわ)のお部屋(へや)です。
B：はい。
A：シャンプーなどは、バスルームにご用意(ようい)しております。
B：わかりました。
A：ホテルから空港(くうこう)までのバスもございますので、お帰(かえ)りの際(さい)はぜひご利用(りよう)ください。

---

515 ～さま　～様
□ 接尾 Ms./Mrs./Mr. ~ [title of respect used for customers and letter addressees] / ～先生, 女士 / ngài, ông/bà ~

516 ～がわ　～側
□ 接尾 facing ~, ~ side / 靠～ / phía, hướng ~

517 シャンプー
□ 名 shampoo / 洗发乳 / dầu gội

518 くうこう　空港
□ 名 airport / 机场 / sân bay

519 ～のさいは　～の際は
□ 句 when ~ / ～时候 / khi ~

A: Ms. Tanaka, your room faces the sea. B: Okay. A: The bathroom is furnished with shampoo and the like. B: All right. A: We have a bus that goes to the airport, so please feel free to use it when you leave. / A: 田中先生，这是靠海的房间。 B: 好的。 A: 洗发乳那些都准备在浴室里了。 B: 我知道了。 A: 酒店也有机场接驳巴士，您要离开的时候可以搭乘。 / A: Phòng của ngài Tanaka ở phía biển. B: Vâng. A: Dầu gội và những vật dụng khác được chuẩn bị sẵn ở phòng tắm. B: Tôi hiểu rồi. A: Chúng tôi có xe buýt từ khách sạn ra sân bay nên khi ra về, quý khách cứ tùy nghi sử dụng ạ.

🔊 130

A：町(まち)の地図(ちず)とパンフレット、もらったよ。
B：わあ。これ、ホテルの人(ひと)が作(つく)ったものだね。
A：うん。ご飯(はん)もおいしいし、サービスがいいホテルだね。

---

520 パンフレット
□ 名 pamphlet / 宣传册 / tập giới thiệu

100

521 もらう
動1他 get, receive / 拿到 / nhận

522 もの
名 thing [formal noun] / 东西 / đồ, thứ

523 サービス
名 service / 服务 / dịch vụ

A: I got a map of this town and a pamphlet. B: Great. Someone on the hotel staff must have made this, huh? A: Probably. The food at this hotel is great and the service is excellent. / A: 我拿到了街上的地图还有宣传册。 B: 哇～。这是酒店的人亲手做的东西耶。 A: 嗯，饭也好吃，这家酒店服务真好。 / A: Anh nhận bản đồ và tập giới thiệu về thành phố rồi đấy. B: Ôi! Cái này, là đồ do người của khách sạn làm nhỉ? A: Ừm, khách sạn cơm cũng ngon mà dịch vụ cũng tốt nhỉ

🔊 131

皆(みな)さま、今日のバスツアーでは、白浜町(しらはまちょう)の美(うつく)しい海の景色(けしき)とおいしい魚料理(さかなりょうり)を、ゆっくり楽(たの)しんでください。

524 みなさま　皆さま
名 everyone [polite form of みんな] / 各位（「みんな」的丁宁语）/ quý vị, mọi người (cách nói lịch sự của "みんな")

525 ～ちょう　～町
接尾 ~ Town / ~町 (城镇的意思) / thị trấn ~

526 うつくしい　美しい
イ beautiful / 美丽 / tuyệt đẹp, đẹp

527 けしき　景色
名 scenery / 景色 / cảnh, cảnh sắc

528 ゆっくり
副 relaxing / 慢慢 / thong thả

Everyone, today's bus tour will feature the beautiful sea scenery and delicious seafood of Shirahama Town, so please relax and enjoy yourselves. / 各位，今天的巴士旅游团，您可以慢慢享受白滨町美丽的大海和美味的鲜鱼料理。 / Kính mời quý vị thong thả thưởng thức cảnh biển tuyệt mỹ và những món cá ngon của thị trấn Shirahama trong tour du lịch xe buýt hôm nay.

Topic 7 ● 観光地　かんこうち

Topic 7 ● 観光地
かんこうち

🔊 132

> 今、<u>ちょうど</u>2時半ですね。今から2時間、<u>自由に</u>買い物してください。4時30分にまたここに<u>集まって</u>ください。

529 ちょうど
副 exactly / 刚好 / vừa đúng

530 じゆうに　自由に
副 as one pleases, freely / 自行 / tự do

531 あつまる　集まる
動1自 gather / 集合 / tập hợp

It's now exactly 2:30. Please use the next two hours to shop as you please. At 4:30 please gather back here. / 现在刚好是2点半，从现在开始2个小时请自行去购物。等到4点半时请回到这里集合。/ Bây giờ là vừa đúng 2 giờ rưỡi. Quý khách tự do mua sắm trong 2 tiếng từ bây giờ. Vui lòng tập hợp ở đây vào lúc 4 giờ 30 phút.

🔊 133

> A：<u>絵はがき</u>買うんですか。
> B：はい。<u>祖母</u>が<u>集めて</u>いるので、あげようと思って。
> A：写真のもきれいだし、<u>イラスト</u>のもいいですね。私も買おうかな。

532 えはがき　絵はがき
名 picture postcard / 明信片 (背面印有某种照片，图案的明信片) / bưu thiếp

533 そぼ　祖母
名 grandma / 祖母 / bà tôi

534 あつめる　集める
動2他 collect / 收集 / sưu tầm

535 イラスト
名 illustration / 绘画 / hình vẽ

A: Are you going to buy some picture postcards? B: Yeah. My grandma collects them, so I thought I'd get her some. A: The photos are pretty, and the illustrated ones are nice, too. Maybe I'll buy some, too. / A: 你要买明信片呀？ B: 对呀，我祖母有在收集，我想送给她。 A: 照片的也很漂亮，绘画的也不错。我也在考虑要不要买。 / A: Anh mua bưu thiếp à? B: Vâng, bà tôi sưu tầm nên tôi định biếu bà. A: Hình chụp cũng đẹp mà hình vẽ cũng hay nhỉ. Chắc là tôi cũng mua.

🔊 134

A:はい。沖縄ダイビングベースです。
B:予約していた山田ですが、旅行会社から連絡があって、台風でツアーが中止になったそうで…。
A:あ、そうですか。
B:はい。残念ですが、予約をキャンセルしたいんですが…。
A:かしこまりました。キャンセル料はけっこうです。
B:すみません。

536 りょこうがいしゃ　旅行会社
　　名 travel agency / 旅行社 / công ty du lịch

537 たいふう　台風
　　名 typhoon / 台风 / bão

538 ちゅうし[する]　中止[する]
　　名 動3他 cancellation, cancel / 中止[中止] / sự hủy, hủy

539 ざんねんな　残念な
　　ナ unfortunate / 可惜的 / đáng tiếc, tiếc

540 キャンセル[する]
　　名 動3他 cancellation, cancel / 取消[取消] / sự hủy, hủy

541 キャンセルりょう　キャンセル料
　　名 cancellation fee / 取消手续费 / phí hủy

A: Hello, this is Okinawa Diving Base. B: Hi, I'm Yamada and I have a reservation, but my travel agency called and said that our tour has been cancelled because of the typhoon. B: Oh, is that so? A: Yeah, so unfortunately I'd like to cancel my reservation. B: Certainly. We won't charge you a cancellation fee. A: Thanks. / A: 喂。这里是冲绳潜水基地。 B: 我是预约的山田。刚刚我收到了旅行社的通知，说因为台风所以旅行团被中止了…。 A: 啊，这样呀。B: 是的，真的很可惜，但我想取消预约。 A: 好的。关于取消手续费就不用付了。 B: 不好意思。 / A: Vâng, tiệm "Lặn Okinawa" đây ạ. B: Tôi là Yamada, người đã đặt chỗ nhưng tôi nhận liên lạc từ công ty du lịch, nghe nói là tour du lịch đã bị hủy vì bão … A: Ồ, vậy ạ? B: Vâng, thật tiếc nhưng tôi muốn hủy đặt chỗ … A: Chúng tôi hiểu rồi ạ. Không tốn phí hủy ạ. B: Tôi xin lỗi.

Topic 7　観光地　かんこうち

Topic 7 ●観光地

🔊 135

A：学生が大勢いますね。
B：ええ。きっと、修学旅行の生徒たちですね。

---

542 おおぜい　大勢
名 副 many / 好多 / đông, đông người

543 きっと
副 definitely, I'll bet that / 一定 / chắc hẳn

544 しゅうがくりょこう　修学旅行
名 school trip / 修学旅行 / du lịch cuối cấp

545 せいと　生徒
名 student [used for junior high and high school students] / 学生 (指中学，高中的) / học sinh, học trò (THCS, THPT)

A: There are many students here, huh? B: Sure are. I'll bet they're students on a school trip. / A: 有好多学生哦。 B: 对呀。一定是参加修学旅行的学生们。 / A: Học sinh đông nhỉ. B: Ờ, chắc hẳn là học trò đi du lịch cuối cấp rồi.

🔊 136

A：前、ここはお城があったんだって。
B：へえ。
A：でも、戦争で無くなったって。そう書いてある。
B：歴史が無くなったんだね。

---

546 まえ　前
名 before, in the past / 以前 / trước đây, lúc trước

547 せんそう[する]　戦争[する]
名 動3自 war, wage war / 战争[打仗] / chiến tranh, tham gia chiến tranh

548 なくなる　無くなる
動1自 be lost, be destroyed / 没有 / không còn, mất đi

549 そう
副 that, in that way / 这样 / như thế

550 れきし　歴史
名 history / 历史 / lịch sử

A: It says there used to be a castle here. B: Wow. A: The castle was lost in the war. That's what it says. B: So a piece of history was lost, huh? / A: 这里以前好像有个城堡。 B: 是哦。 A: 可是因为战争没有了。它是这样写的。 B: 那历史也没有了。 / A: Trước đây, nơi này từng có một tòa lâu đài á. B: Thế à? A: Nhưng mà vì chiến tranh thế giới thứ 2 mà không còn nữa. Họ viết như thế. B: Lịch sử đã không còn nữa nhỉ.

🔊 137

A：運転手さん、この辺に、安くておいしいお店、ないですか。
B：たくさんありますよ。
A：ほんとですか。メモするので、教えてください。
B：まず、焼き鳥ですね。ここは鶏肉が本当にうまいんです。

551 うんてんしゅ　運転手
名 driver / 司机 / tài xế

552 メモ[する]
名 **動3他** note, take notes / 写下[做笔记] / sự ghi chú, ghi chú

553 まず
副 for starters, first / 首先 / trước tiên

554 やきとり　焼き鳥
名 yakitori [grilled skewered chicken] / 烤鸡串 / gà nướng

555 とりにく　鶏肉
名 chicken / 鸡肉 / thịt gà

A: Are there any cheap but good places to eat around here? B: There's a whole bunch. A: Really? I'll take notes so please tell me some. B: For starters, there's yakitori. The chicken here is indescribable. / A: 司机师傅，这附近有没有便宜又好吃的店呢? B: 有很多哦。 A: 真的吗? 可以告诉我吗? 我写下来。 B: 首先是烤鸡串。这里的鸡肉真的很好吃。 / A: Bác tài xế ơi, quanh đây có tiệm nào rẻ mà ngon không ạ? B: Có nhiều đấy. A: Thật không ạ? Cháu sẽ ghi chú lại, bác chỉ cho cháu với. B: Trước tiên là món gà nướng này. Thịt gà ở đây thật sự rất ngon.

Topic 7 ● 観光地
かんこうち

◀) 138

A：あのう、これって何ですか。
B：山にんじんの葉です。
A：山にんじん。
B：ええ。この辺の名物なんですよ。こちらの塩をつけて食べてみてください。

556 は　葉
名 leaf / 叶子 / lá

557 めいぶつ　名物
名 famous product / 特产 / đặc sản, sản vật

558 つける
動2他 dip / 沾 / chấm

A: Um, what's this? B: It's yamaninjin leaves. A: Yamaninjin. B: Yes, it's a famous product of this area. Please dip it in this salt and try it. / A: 请问，这是什么？ B: 这是当归属（俗称日本山胡萝卜）的叶子。 A: 当归属？ B: 是的，是这一带的特产，请沾这里的食盐享用。 / A: Xin lỗi, cái này là gì vậy? B: Là lá nhân sâm rừng ạ. A: Nhân sâm rừng? B: Vâng, là đặc sản của vùng này đấy ạ. Mời quý khách chấm muối này để dùng thử ạ.

◀) 139

A：わあ、この茶わん、素敵だなあ。
B：いいね。こんな茶わんで食べたら、お米がおいしくなりそう。

559 ちゃわん　茶わん
名 rice bowl / 碗 / cái chén

560 こんな
連 like this, this sort of / 这样的 / như thế này

561 （お）こめ　（お）米
名 rice / 米饭 / cơm, gạo

A: This rice bowl is really nice. B: It sure is. Rice would probably taste even better served in a bowl like this. / A: 哇～。这个碗，好好看哦。 B: 真不错。如果用这样的碗吃饭，米饭也会感觉很好吃吧。 / A: Chà, cái chén này tuyệt quá! B: Thích nhỉ? Ăn bằng cái chén như thế này chắc là cơm sẽ ngon hơn.

🔊 140

A：この<u>お土産</u>、<u>宅配便</u>で送れますか。
B：はい、送れますよ。宅配便の<u>受付</u>はあちらの<u>カウンター</u>です。

562 (お)みやげ　(お)土産
名 souvenir / 土产 / quà đặc sản

563 たくはいびん　宅配便
名 parcel service / 快递 / chuyển phát

564 うけつけ　受付
名 handling, reception / 接待 / tiếp nhận

565 カウンター
名 counter / 前台 / quầy

A: Can I have this souvenir sent by parcel service? B: Yes, you can. Parcel delivery is handled at that counter over there. / A: 请问这个土产可以寄快递吗？ B: 可以用寄的。那里就是接待快递的柜台。 / A: Quà đặc sản này có gửi bằng chuyển phát được không ạ? B: Vâng, gửi được ạ. Chúng tôi tiếp nhận chuyển phát ở quầy đằng kia.

🔊 141

A：Bさん、<u>日記</u>書いてるの？
B：うん。毎日少しだけ。何を見たとか、どこに<u>泊まった</u>とか、あとで<u>思い出せる</u>から。

566 にっき　日記
名 diary / 日记 / nhật ký

567 とまる　泊まる
動1自 stay (overnight) / 住 / trọ, nghỉ lại

568 おもいだす　思い出す
動1他 recall / 想起来 / nhớ lại

A: Are you writing in your diary? B: Yeah. I just make a few notes every day. I helps me to recall things like sights I saw and places where I stay. / A: B小姐，你有在写日记呀。 B: 嗯，每天写一点点。像是看了什么，住在哪里，为了以后能够想起来。 / A: B này, cậu viết nhật ký à? B: Ừm, Mỗi ngày một chút thôi. Để sau này có thể nhớ lại đã xem cái gì hay là trọ ở đâu...

Topic 7 ●観光地
かんこうち

🔊 142

A：わあ。ガラスの飾り、きれいだね。
B：うん。トイレの窓に飾ったらきれいだろうな。
A：あ、あそこの壁にかかってるの、欲しい！

569 ガラス
名 glass / 玻璃 / thủy tinh, kính

570 かざり　飾り
名 decoration / 装饰 / đồ trang trí

571 かざる　飾る
動1他 adorn / 装 / trang trí

572 かべ　壁
名 wall / 墙壁 / bức tường

573 かかる
動1自 hang / 吊 / được treo

A: Wow, the glass decorations are beautiful, don't you think? B: Yeah. They would look nice adorning our lavatory window. A: Oh, I want that one hanging on the wall over there! / A: 哇啊。玻璃的装饰好漂亮哦。 B: 嗯，如果装在厕所的窗户，一定很漂亮。 A: 啊，我好想要吊在那边墙壁上的。 / A: Ôi, đồ trang trí thủy tinh, đẹp quá! B: Ừ, trang trí ở cửa sổ nhà vệ sinh chắc đẹp đấy. A: A, em muốn cái được treo trên bức tường đằng kia!

🔊 143

A：海外旅行に行くなら、どこに行きたい？
B：実は、再来月、ガーナに行くんですよ。
A：えっ。いいなあ。
B：今度、ピザ取りに行きます。

574 かいがいりょこう　海外旅行
名 traveling abroad / 海外旅行 / du lịch nước ngoài

575 さらいげつ　再来月
名 the month after next / 下下个月 / tháng tới nữa

576 ガーナ
名 Ghana / 加纳 / Ghana

577 ビザ
名 visa / 签证 / visa, thị thực

A: If you were to travel abroad, where would you want to go? B: As a matter of fact, I'm going to Ghana the month after next. A: Oh, that's nice. B: I'm going to get a visa in the near future. / A: 如果要去海外旅行，你想去哪？ B: 其实我下下个月要去加纳。 A: 诶！真好。 B: 下次我要去办签证。 / A: Nếu đi du lịch nước ngoài thì cậu muốn đi đâu? B: Thật ra, tháng tới nữa tớ đi Ghana đấy. A: Ơ, thích quá nhỉ. B: Sắp tới tớ đi lấy visa.

🔊 144

A：4年前(よねんまえ)に、旅行(りょこう)でインドネシアの小(ちい)さい村(むら)を回(まわ)ったんですけど。

B：ええ。

A：日本(にほん)とは全然違(ぜんぜんちが)う文化(ぶんか)で、本当(ほんとう)にいい経験(けいけん)でした。

578 インドネシア
名 Indonesia / 印尼 / Indonesia

579 むら　村
名 village / 村庄 / làng

580 まわる　回る
動1他 travel around / 逛 / đi quanh

581 ぶんか　文化
名 culture / 文化 / văn hóa

582 けいけん[する]　経験[する]
名 動3他 experience, experience (something) / 经验[体验] / trải nghiệm, có kinh nghiệm

A: Four years ago I took a trip to Indonesia and traveled around some small villages there. B: You did? A: The culture was completely different from Japan's. It really was a great experience. / A: 4年前，我去印尼旅行逛了很多小村庄。 B: 嗯。 A: 文化跟日本完全不同，真的是个很好的经验。 / A: 4 năm trước, tôi đã đi quanh một ngôi làng nhỏ ở Indonesia trong chuyến du lịch. B: Ồ. A: Vì văn hóa khác hoàn toàn với Nhật nên đúng là một trải nghiệm tuyệt vời.

Topic 7 ● 観光地(かんこうち)

A：あ、東京(とうきょう)まであと４０キロですね。
B：ええ。あと１時間半(いちじかんはん)ぐらいでしょうか。
A：運転(うんてん)、疲(つか)れませんか。
B：いえ、全然(ぜんぜん)疲(つか)れませんよ。大丈夫(だいじょうぶ)です。

---

583 **〜キロ（メートル）**

接尾 〜 kilometers / 〜公里 / 〜 km, cây số

584 **うんてん[する]　運転[する]**

名 動3他 driving, drive / 驾驶[驾驶] / sự lái xe, lái xe

585 **ぜんぜん　全然**

副 (not) at all / 完全 / hoàn toàn

A: Oh, we've got 40 kilometers until we reach Tokyo. B: Yeah. It'll probably take about an hour and a half. A: Doesn't driving wear you out? B: No, not at all. I'm fine. / A: 啊，还有40公里就到东京了。 B: 嗯，大概再1个半小时左右吧。 A: 驾驶会累吗？ B: 不会，完全不累。没事的。 / A: A, còn 40km nữa là đến Tokyo nhỉ. B: Ờ, chắc là khoảng 1 tiếng rưỡi nữa. A: Lái xe không mệt chứ? B: Không, hoàn toàn không mệt chút nào cả. Không sao.

Topic 8

山・海
やま　うみ

The Mountains & the Sea / 山，海 / Núi - Biển

No. 586-643

Topic 8 ● 山・海

🔊 146

A：Bさん、<u>山登りする</u>ときの靴、もう買いましたか。
B：ええ。
A：<u>厚い</u>靴下も持っていますか。
B：はい。一緒に買いました。<u>他に</u>、用意したほうがいい物ありますか。

586 やまのぼり[する]　山登り[する]
　　名　動3自 mountain climbing, hiking, climb a mountain, hike / 爬山[爬山] / sự leo núi, leo núi

587 あつい　厚い
　　イ thick / 厚 / dày

588 ほかに　他に
　　副 (something) else / 其他还要 / ngoài ra

A: Have you already bought your hiking boots? B: Yeah. A: Do you have some thick socks? B: Yeah, I bought a pair with my boots. Is there anything else I need to get ready? / A: B先生,爬山的鞋子你买了吗？ B: 嗯。 A: 那你有厚袜子吗？ B: 有的。我一起买了。其他还要准备什么东西比较好呢？ / A: Anh B đã mua giày leo núi chưa? B: Rồi. A: Anh có cả vớ dày chứ? B: Vâng, tôi mua chung. Ngoài ra, có đồ gì nên chuẩn bị nữa không?

🔊 147

A：今度の<u>土日</u>に、赤城山に行くんです。
B：ああ、山の上にきれいな<u>湖</u>がありますよね。
A：ええ。
B：今、<u>緑</u>もきれいだし、<u>ちょうどいい</u>季節ですね。

589 どにち　土日
　　名 weekend / 六日 / thứ bảy chủ nhật

590 みずうみ　湖
　　名 lake / 湖泊 / hồ

591 みどり　緑
　　名 greenery / 大自然, 植物 / cây cỏ

592 ちょうどいい
イ perfect / 刚好 / vừa đúng

593 きせつ　季節
名 season / 季节 / mùa

A: I'm going to Mt. Akagi this weekend. B: Oh, there's a pretty lake on top, isn't there? A: Yeah. B: It's the perfect season now, since the greenery is beautiful. / A: 这周六日，我要去赤城山呢。 B: 啊～，山上有很漂亮的湖泊。 A: 是的。 B: 现在刚好是季节，大自然也很美。 / A: Thứ bảy chủ nhật này tôi đi núi Akagi. B: À, trên núi có cái hồ đẹp phải không? A: Đúng rồi. B: Bây giờ cây cỏ đều đẹp, vừa đúng mùa nhỉ.

🔊 148

A：あ、海<ruby>が見<rt>み</rt></ruby>えますね。
B：ええ。今日<rt>きょう</rt>はちょっと曇<rt>くも</rt>ってますけど、晴<rt>は</rt>れていたら、向<rt>む</rt>こうに島<rt>しま</rt>が見<rt>み</rt>えるんですよ。
A：そうなんですか。

594 みえる　見える
動2自 can see / 看见 / nhìn thấy

595 くもる　曇る
動1自 become cloudy / 阴 / âm u, có mây

596 はれる　晴れる
動2自 become clear / 放晴 / trời nắng

597 むこう　向こう
名 out there, over there / 那边 / phía trước, bên kia

598 しま　島
名 island / 岛 / hòn đảo, đảo

A: Oh, we can see the ocean from here. B: Yeah. It's a little cloudy today, but on clear days you can see an island out there. A: Oh, really? / A: 啊，看见海了。 B: 嗯。今天有点阴。如果放晴的话，还可以看到那边的岛呢。 A: 原来如此。 / A: A, nhìn thấy biển rồi. B: Ờ, hôm nay trời âm u một chút nhưng trời nắng là có thể nhìn thấy hòn đảo ở phía trước đấy. A: Vậy sao?

Topic 8 ● 山・海
　　　　　　やま　うみ

🔊 149

A：この山(やま)は何(なん)メートルあるんですか。
B：1200(せんにひゃく)メートルぐらいです。森(もり)の中(なか)の道(みち)は狭(せま)くて石(いし)が多(おお)いので、今日(きょう)はこちらの安全(あんぜん)な道(みち)を行(い)きましょう。

599　～メートル
　接尾 ~ meters / ～米 / ~ mét

600　もり　森
　名 forest / 森林 / rừng

601　いし　石
　名 rock / 石头 / đá

602　あんぜんな　安全な
　ナ safe / 安全的 / an toàn

A: How many meters is this mountain? B: Around 1,200. The trail in the forest is narrow and covered with lots of rocks, so today let's take this trail, which is safer. / A: 这座山有几米高呀？B: 大概1200米左右。森林里的路很窄，石头也多，我们今天走这条安全的路吧。 / A: Ngọn núi này bao nhiêu mét? B: Khoảng 1200 mét. Vì đường trong rừng hẹp và nhiều đá nên hôm nay chúng ta hãy đi con đường an toàn này.

🔊 150

A：ああ、こんなにたくさんの星(ほし)、初(はじ)めて見(み)ました。
B：ええ。町(まち)の光(ひかり)がないからきれいですね。

603　こんなに
　副 this much, so / 这么 / như thế này

604　ほし　星
　名 star / 星星 / sao, ngôi sao

605　ひかり　光
　名 light / 亮光 / ánh sáng

A: Wow, I've never seen so many stars before. B: Yeah. They're beautiful because there are no city lights here. / A: 啊~我第一次看见这么多星星。 B: 是的。因为没有城市的亮光。好美哦。 / A: Ôi, nhiều sao như thế này, tôi mới thấy lần đầu. B:Vâng, nhờ không có ánh sáng của thành phố nên đẹp nhỉ.

🔊 151

A：のど、渇いた…。
B：ちょっと止まって、水飲もう。
A：ああ、空が青いね！最高のハイキングだ。

606 かわく　渇く
動1自 become thirsty / 渴 / khát, khô

607 そら　空
名 sky / 天空 / bầu trời

608 ハイキング
名 hike, hiking / 郊游 / đi bộ đường dài

A: I'm thirsty. B: Let's stop a second and drink some water. A: Wow, the sky is so blue! This is the best hike ever. / A: 口好渴哦…。 B: 停一下，喝口水吧。 A: 啊～天空好蓝哦！郊游好棒！ / A: Khát khô cổ rồi… B: Dừng lại một chút uống miếng nước nào. A: Aa, trời xanh quá! Chuyến đi bộ đường dài tuyệt vời!

🔊 152

A：雨、けっこう降ってきたね。
B：うん。やむまで、ここでしばらく待とうか。
A：うん。無理はしないほうがいいね。

609 けっこう
副 really, pretty / 挺 / khá là, nhiều

610 やむ
動1自 stop / 停 / tạnh mưa

611 しばらく
副 a while / 一阵子 / một lúc

612 むり　無理
名 pushing oneself too hard / 勉强 / ráng, miễn cưỡng

A: The rain is really coming down, isn't it? B: Yeah. Why don't we wait here a while until it stops? A: Sure. We shouldn't push ourselves too hard. / A: 雨下得挺大的。 B: 嗯，我们待一阵子等雨停吧。 A: 嗯，不要勉强比较好。 / A: Trời mưa khá là lớn nhỉ. B: Ừm, hay là đợi một lúc ở đây cho đến khi tạnh mưa? A: Ừm, không nên ráng nhỉ.

Topic 8 ● 山・海
やま うみ

🔊 153

A：肉、焼けたよ。
B：インスタントラーメンもできた。食べよう！
A：うん、やっぱり、火で焼いた肉はおいしい！

613 やける　焼ける
　　動2自 be cooked / 烤好 / nướng chín

614 インスタントラーメン
　　名 instant ramen / 方便面 / mì ăn liền

615 ひ　火
　　名 flame / 火 / lửa

A: The meat is cooked. B: The instant ramen is ready, too. Let's eat! A: Mmm. Meat cooked over a flame is definitely great! / A: 肉烤好了哦。 B: 方便面也好了！吃吧！ A: 嗯，果然还是用火烤的肉好吃呀。 / A: Thịt nướng chín rồi đấy. B: Mì ăn liền cũng được rồi. Ăn thôi! A: Ừm, đúng là thịt nướng bằng lửa thì ngon thật!

🔊 154

海では安全に遊びましょう。特に、小学生以下のお子さんが一人にならないように、必ず誰かが注意して見ていてください。

616 ～いか　～以下
　　接尾 ~ and below / ～以下 / ~ trở xuống

617 だれか　誰か
　　名 副 someone / 身边的人 / người, ai đó

618 ちゅうい[する]　注意[する]
　　名 動3自 attention, keep watch / 注意[注意] / sự lưu ý, lưu ý

Please play safe in the water. Please make sure to have someone keep watch over elementary school-age and younger children so that they are not left alone. / 在海边玩要请注意安全。尤其是小学生以下的孩子，身边的人要注意不要让孩子一个人。 / Hãy chơi đùa an toàn ở biển. Đặc biệt, nhất định phải có người trông chừng để trẻ học sinh tiểu học trở xuống không ở một mình.

🔊 155

赤いブイの先は<u>深い</u>ので、<u>決して</u>泳がないでください。お酒を飲んでいる方は、泳ぐと<u>危険</u>です。<u>事故</u>が<u>起きた</u>ときは、スタッフに<u>知らせて</u>ください。

619 ふかい 深い
イ deep / 深 / sâu

620 けっして 決して
副 never / 绝对 / tuyệt đối

621 きけんな 危険な
ナ dangerous / 危险的 / nguy hiểm

622 じこ 事故
名 accident / 意外 / sự cố, tai nạn

623 おきる 起きる
動2自 occur / 发生 / dậy

624 しらせる 知らせる
動2他 notify / 通知 / thông báo

Please never swim beyond the red buoys, as the water is deep there. It is dangerous to swim after drinking alcohol. If an accident occurs, please notify the staff. / 红色浮标的那一头很深，绝对不要在那里游泳。酒后游泳是很危险的行为。万一发生意外，请通知工作人员。 / Từ cái phao đỏ là rất sâu nên tuyệt đối không được bơi. Người đã uống rượu mà bơi sẽ rất nguy hiểm. Khi xảy ra sự cố, hãy thông báo cho nhân viên.

Topic 8 ●山・海

◀)) 156

A：何か動物が鳴いてるね。外にいるのかな。
B：あ、あそこ、林の中！目が光った！

625 なく　鳴く
動1自 cry, chirp, bark / 叫 / kêu

626 はやし　林
名 woods / 森林 / rừng

627 ひかる　光る
動1自 flash / 发光 / sáng lên

A: Some animal is crying. It's probably outside. B: Oh, over there, in the woods! Its eyes flashed! / A: 好像有什么动物在叫。在外面吗？ B: 啊，那里，森林里！眼睛发光了！ / A: Có con gì đó kêu nhỉ. Ở ngoài chắc? B: À, ở đằng kia, trong rừng! Mắt nó sáng lên!

◀)) 157

A：きれいな紅葉ですね。
B：ええ。日本中の山に行きましたけど、ここが一番です。
　Aさん、まだ行けますか。
A：はい。私、足は丈夫なので。

628 こうよう　紅葉
名 fall leaves / 枫叶 / lá đỏ

629 ～じゅう　～中
接尾 all across ～ / 所有～ / khắp ～

630 まだ
副 still / 还没 / vẫn, vẫn còn

631 じょうぶな　丈夫な
ナ strong, stout / 健康 / khỏe

A: The fall leaves are beautiful, aren't they? B: Yeah. I've been to mountains all across Japan, but this place is the best. Do you still have it in you to keep walking? A: Sure. I've got strong legs. / A: 好漂亮的枫叶。 B: 嗯。我去过日本所有的山，但还是这里最漂亮。A小姐，你还能爬吗？ A: 嗯。我的腿还很健康。 / A: Lá đỏ đẹp quá nhỉ. B: Vâng, tôi đã đi leo núi khắp Nhật Bản nhưng chỗ này là nhất. A vẫn còn đi nổi chứ? A: Vâng, chân tôi khỏe lắm.

🔊 158

A：海だー！
B：ああ、風が吹いて気持ちいいね。
A：遠くに船が見えるよ。
B：あ、靴に砂が入った…。サンダル、持ってくればよかったな。

632 ふく　吹く
- 動1自 blow / 吹 / thổi

633 きもち(が)いい　気持ち(が)いい
- イ feel great / 舒服 / thích, cảm giác thích thú

634 とおく　遠く
- 名 way out there, far away / 远处 / phía xa

635 ふね　船
- 名 boat, ship / 船 / tàu thuyền

636 すな　砂
- 名 sand / 沙子 / cát

637 サンダル
- 名 sandal / 凉鞋 / dép

A: It's the ocean! B: Boy, the breeze feels great, huh? A: I see a boat way out there. B: Ah, there's sand in my shoes. I should have brought sandals. / A: 大海耶～！ B: 啊～风吹得好舒服。 A: 还能看见远处的船。 B: 啊，鞋子进沙子了…。早知道就带凉鞋来好了。 / A: Biển kìa! B: Ôi, gió thổi thích quá nhỉ. A: Thấy tàu thuyền ở phía xa kìa. B: Á, cát lọt vào giày rồi… Phải mà mang dép thì tốt rồi.

Topic 8 ● 山・海

🔊 159

A：川の音が聞こえますね。
B：ええ。やっと下の道に着きますね。長かったですね。

638 おと　音
　名 sound / 声音 / tiếng, âm thanh

639 きこえる　聞こえる
　動2自 can hear / 听见 / nghe được

640 やっと
　副 finally / 好不容易 / cuối cùng

A: I hear the sound of a river. B: Yeah. We've finally almost made it to the road. That was a long trail. / A: 可以听见河流的声音。B: 对呀。好不容易才下到下面的路。好久哦。 / A: Nghe được tiếng dòng sông nhỉ. B: Ờ, cuối cùng cũng đến được đường dưới rồi. Xa quá nhỉ.

🔊 160

A：B君は、サーフィンしないの？
B：あんな海、怖くて入れないよ。
A：じゃあ、SUP してみたら。どこでも立って乗れるから。

641 サーフィン
　名 surfing / 冲浪 / lướt sóng

642 あんな
　連 like that / 那样的 / như thế

643 どこでも
　副 anywhere / 哪里都 / bất kỳ đâu, ở đâu cũng

A: Aren't you going to surf, B-kun? B: I'm too scared to go in when the waves are like this. A: Well, you should try standup paddleboarding, because you can stand up and ride the board anywhere. / A: B先生，你不冲浪吗？ B: 那样的海，太可怕了我不敢下水。 A: 那你可以试试SUP，哪里都站得住。 / A: Cậu B không chơi lướt sóng à? B: Biển như thế thì tôi chịu, sợ lắm. A: Vậy thử ván chèo đứng xem. Có thể đứng ở bất kỳ đâu.

Topic 9

公園
こう えん

At the Park / 公园 / Công viên

No. 644-689

Topic 9 ● 公園
こうえん

🔊 161

A：桜が咲いたら、ここでお花見しましょう。
B：ええ。今年はちょうど入学式の頃に咲きそうですね。

644 さく　咲く
【動1自】blossom / 开 / nở

645 （お）はなみ　（お）花見
【名】cherry blossom viewing / 赏花 / ngắm hoa

646 にゅうがくしき　入学式
【名】school entrance ceremony / 入学典礼 / lễ nhập học

A: Let's come here to see the cherry blossoms after they come out. B; Let's. This year it looks like they'll blossom just around the time that school entrance ceremonies are held. / A: 等樱花开了，我们在这里赏花吧。 B: 好呀。今年差不多刚好在入学典礼时会开花吧。 / A: Nếu hoa anh đào nở thì mình ngắm hoa ở đây nhé. B: Ờ, có vẻ năm nay sẽ nở vào đúng dịp lễ nhập học nhỉ.

🔊 162

A：あ、パンツに葉っぱがついてるよ。
B：え、どこ。
A：そこ。ひざの後ろ。

647 パンツ
【名】pants / 裤子 / quần

648 はっぱ　葉っぱ
【名】leaf / 叶子 / lá cây

649 つく
【動1自】stick / 沾到 / dính

650 ひざ
【名】knee / 膝盖 / đầu gối

A: Oh, there's a leaf stuck to your pants. B: Really? Where? A: There. Behind your knee. / A: 啊，你裤子沾到叶子了。 B: 诶？哪里？ A: 那里。膝盖后面。 / A: A, lá cây dính vào quần kìa. B: Ơ, ở đâu? A: Chỗ đó, sau đầu gối.

🔊 163

A：あ、この<u>自販機</u>、<u>電子マネー</u>使えないんだ。
B：私、<u>小銭</u>あるよ。

651 じはんき／じどうはんばいき　自販機／自動販売機
　　名 vending machine / 自动贩卖机 / máy bán hàng tự động

652 でんしマネー　電子マネー
　　名 e-money / 电子货币 / tiền điện tử

653 こぜに　小銭
　　名 change, coins / 零钱 / tiền lẻ

A: Ah, you can't use e-money with this vending machine. B: I've got some change. / A: 啊, 这台自动贩卖机不能用电子货币。 B: 我有零钱呀。 / A: A, cái máy bán hàng tự động này không dùng tiền điện tử được. B: Tôi có tiền lẻ đây.

🔊 164

A：この公園は<u>いろんな</u>花が<u>植えて</u>ありますね。
B：ええ。<u>一年中</u>、いつ来てもきれいですよね。
A：誰が<u>世話して</u>るんでしょうね。

654 いろんな
　　連 all sorts of [colloquial form of いろいろな] / 各式各样（「いろいろな」的口语）/ nhiều loại (văn nói của từ "いろいろな")

655 うえる　植える
　　動2他 plant / 种植 / trồng

656 いちねんじゅう　一年中
　　副 throughout the year / 一年四季 / quanh năm

657 せわ[する]　世話[する]
　　名 動3他 care, take care of / 照顾[照顾] / sự chăm sóc, chăm sóc

A: There are all sorts of flowers planted at this park, huh? B: Sure are. It's always beautiful here throughout the year. A: I wonder who takes care of them. / A: 这个公园里种植着各式各样的花。 B: 对呀，一年四季，什么时候来都很美。 A: 不知道是谁在照顾。 / A: Công viên này có trồng nhiều loại hoa nhỉ. B: Ờ, quanh năm lúc nào đến cũng thấy đẹp. A: Ai chăm sóc chúng nhỉ?

Topic 9 ● 公園
こうえん

🔊 165

A：あ、Bさん！ジョギングですか。
B：ええ。さっき、Cさんにも会いましたよ。
A：そうですか。
B：たった今別れたので、まだその辺にいると思います。

658 ジョギング[する]
名 動3自 jogging, jog / 跑步[跑步] / sự chạy bộ, chạy bộ

659 さっき
名 副 a second ago / 刚才 / lúc nãy

660 たったいま　たった今
副 just now / 就现在 / mới tức thì

661 わかれる　別れる
動2自 part / 分开 / chào chia tay

662 まだ
副 still / 还 / còn, chưa

A: Oh, B-san! Are you jogging? B: Yeah. I ran into C-san, too, just a second ago. A: Really? B: We parted just now so he should still be over there. / A: 啊！B小姐！跑步吗？ B: 是呀，刚才我遇到了C先生呢。 A: 是哦。 B: 就现在才分开的，他应该还在附近。 / A: A, chị B! Chị chạy bộ à? B: Vâng, lúc nãy tôi gặp cả C đấy. A: Vậy à? B: Mới chào chia tay tức thì nên chắc là vẫn còn ở khu đó.

🔊 166

A：よくこの公園に来るんですか。
B：ええ。いつもあそこの喫茶店で小説を読んで、それから散歩してます。
A：静かでいい場所ですよね。

663 きっさてん　喫茶店
名 café / 咖啡店 / quán nước

664 しょうせつ　小説
名 novel / 小说 / tiểu thuyết

124

665 **ばしょ　場所**
　名 place / 地方 / địa điểm, nơi

A: Do you often come to this park? B: Yeah. I always read novels at that café over there, and afterwards I go for a walk. A: It's a nice and quiet place, huh? / A: 你常常来这个公园吗？ B: 嗯。我每次都在那里的咖啡店看小说，然后再散步。 A: 这个地方真好，又安静。 / A: Chị hay đến công viên này không? B: Có, tôi luôn đọc tiểu thuyết ở quán nước đằng kia, sau đó đi dạo. A: Địa điểm yên tĩnh, hay nhỉ.

🔊 167

A：<u>お出かけ</u>ですか。
B：ええ。公園まで。
A：なおちゃん、<u>ポケット</u>に、何入れてるの？
B：<u>おもちゃ</u>と、<u>おせんべい</u>持って行くそうです。

666 **おでかけ[する]　お出かけ[する]**
　名 **動3自** going out, go out / 外出[外出] / sự đi chơi, đi ra ngoài

667 **ポケット**
　名 pocket / 口袋 / túi

668 **おもちゃ**
　名 toy / 玩具 / đồ chơi

669 **（お）せんべい**
　名 rice cracker / 仙贝 / bánh gạo

A: Going out? B: Yeah, we're headed to the park. A: Nao-chan, what do you have in your pockets? B: He said he's taking some toys and rice crackers with him. / A: 你们要外出呀？ B: 是的，去公园。 A: 小NAO，你口袋里装的什么呀？ B: 他说要带玩具还有仙贝去。 / A: Hai cha con đi chơi à? B: Vâng, đến công viên ạ. A: Bé Na-o à, cháu cho gì vào túi đấy? B: Con bé nói là đem theo đồ chơi và bánh gạo ạ.

Topic 9 ● 公園
こうえん

🔊 168

A：ママ、これ見て。
B：え〜。花、折っちゃったの。いけません、そんなことしちゃ。

670 ママ
名 Mommy / 妈妈 / mama, mẹ

671 ➕ パパ
名 Daddy / 爸爸 / papa, ba

672 おる　折る
動1他 snap / 折 / bẻ

673 いけない
句 must not do / 不行 / không được

674 そんな
連 like that / 那样的 / như thế

A: Mommy, look at this. B: Oh! You snapped the flower. You mustn't do things like that. / A: 妈妈，你看这个。 B: 诶，你把花折断了呀。不行做那样的事。 / A: Mama, xem này. B: Ơ, con bẻ hoa à? Không được đâu, không được làm như thế.

🔊 169

A：どこかに鳥がいるね。
B：ね。あ、見つけた！
A：丸い小鳥だ。かわいい！

675 みつける　見つける
動2他 find / 找到 / phát hiện, tìm thấy

676 まるい　丸い
イ round / 圆圆 / tròn

677 ことり　小鳥
名 small bird / 小鸟 / chim non

678 かわいい
イ adorable / 可爱 / dễ thương, đáng yêu

A: There's a bird around here somewhere, huh? B: Yeah. Oh, I found it! A: It's a small round bird. How adorable! / A: 好像有鸟在。 B: 嗯。啊, 我找到了！ A: 圆圆的小鸟, 好可爱哦！ / A: Có chim chóc ở đâu đó nhỉ. B: Ừ nhỉ. A, phát hiện ra rồi! A: Là mộ con chim non tròn tròn. Dễ thương quá!

🔊 170

Topic 9 ● 公園 こうえん

A：この公園は、赤ちゃんや小さい子を連れて歩いている人が多いですね。
B：ああ、そうかもしれませんね。
A：きれいだし、ちょうどいい広さだし、安心ですよね。

679 あかちゃん　赤ちゃん
   名 baby / 婴儿 / em bé

680 こ　子
   名 child / 孩子 / trẻ, con

681 つれる　連れる
   動2他 bring (someone) / 带 / dẫn, dắt

682 ひろさ　広さ
   名 size [in terms of area] / 大 / độ rộng

683 あんしん[する]　安心[する]
   名 動3自 relief, feel at ease / 放心[放心] / sự an tâm, an tâm

A: Lots of people bring babies and little kids for walks at this park, huh? B: Oh, I guess so. A: It's beautiful, just the right size, and you can feel at ease. / A: 我看有好多人都带着婴儿或者很小的孩子来这个公园。 B: 啊～应该是这样。 A: 又漂亮, 大小也适中, 令人放心。 / A: Công viên này nhiều người dẫn theo em bé hay trẻ nhỏ đi bộ nhỉ. B: Ờ, chắc là vậy. A: Vừa đẹp, lại rộng vừa phải, an tâm nhỉ.

Topic 9 ● 公園(こうえん)

🔊 171

A：C君、一日中ラグビー練習してますね。
B：最近、楽しいみたいで。初めは、うまくできなくて泣いてたんですけどね。

684 ラグビー
名 rugby / 英式橄榄球 / bóng bầu dục

685 はじめ(は)　初め(は)
副 at first / 一开始 / thời gian đầu

686 なく　泣く
動1自 cry / 哭 / khóc

A: C-kun practices rugby all day long, doesn't he? B: Apparently he's been enjoying it recently. At first, he used to cry because he wasn't good at it, though. / A: C先生一整天都在练英式橄榄球。 B: 最近好像很开心。明明一开始说很难，还哭了呢。 / A: Nhóc C luyện tập bóng bầu dục cả ngày nhỉ. B: Gần đây trông vui vẻ đấy. Thời gian đầu chơi không quen khóc hoài đấy chứ.

🔊 172

A：今からみんなでピクニックしない？梅の花見ながら。
B：あー、今勉強中。遅れて行くよ。
A：オッケー。

687 みんなで
副 all, as a group / 大家一起 / mọi người cùng

688 うめ　梅
名 plum tree / 梅 / hoa mơ

689 ～ちゅう　～中
接尾 doing ~, in the middle of ~ / 正在～ / đang ~

A: Why don't we all go on a picnic now? We could take in the plum blossoms as we eat. B: Ah, I'm studying right now. I'll catch up with you later. A: Okay. / A: 现在要和大家一起去郊游吗？还可以赏梅花。 B: 啊～我现在正在学习。我晚一点去。 A: OK～。 / A: Bây giờ mọi người cùng đi picnic không? Đi ngắm hoa mơ. B: À, bây giờ tớ đang học. Tớ sẽ đi sau. A: OK!

Topic 10

ジム・グラウンド

At the Gym & on the Field / 健身房・运动场 / Phòng Gym - Sân vận động

No. 690-779

Topic 10 ● ジム・グラウンド

🔊 173

A：Bさん、ジムに通ってるんですか。
B：ええ。週に一回行ってます。ジムのポスターを見て、いいなあと思って。

690 （スポーツ）ジム
  名 gym, fitness club / 健身房 / phòng gym, tập gym

691 しゅうに～かい　週に～回
  副 ~ times a week / 一个星期~次 / mỗi tuần ~ lần, ~ lần/tuần

692 ➕つきに～かい　月に～回
  副 ~ times a month / 一个月~次 / mỗi tháng ~ lần, ~ lần/tháng

693 ポスター
  名 poster / 海报 / áp phích

A: Do you go to a gym? B: Yeah. I go once a week. I saw a poster for the gym and thought it would be nice (to work out there). / A: B小姐，你有去健身房呀？ B: 嗯，我一个星期去一次。因为看到健身房的海报，就觉得还不错。 / A: B đang theo tập ở phòng gym à? B: Vâng. Tôi đi mỗi tuần 1 lần. Tại thấy áp phích phòng gym thấy thích nên…

🔊 174

次は、お尻のトレーニングです！おなかに力を入れて、足を上げて、３０秒！

694 （お）しり　（お）尻
  名 buttocks / 臀部 / mông

695 ちから　力
  名 strength, tension / 力 / sức, lực

696 ～びょう　～秒
  接尾 ~ seconds / ~秒 / ~ giây

Next, we're going to work on our buttocks! Tighten your abs and lift your leg for 30 seconds! / 接下来要做臀部锻炼！肚子用力，把脚抬起来，30秒！ / Tiếp theo là bài tập mông! Dồn sức vào bụng, nâng chân lên, 30 giây!

🔊 175

A：はい、半分(はんぶん)終(お)わりましたよ！がんばって！
B：はあ…。先生(せんせい)は、どうして、あんなに元気(げんき)なんだろう…。
C：ね…。これ、きつい…。

697 はんぶん　半分
名 副 half(way) / 一半 / một nửa

698 あんなに
副 so much / 那么 / như thế

699 きつい
イ tough, strenuous / 吃力 / mệt, vất vả, khó

A: Okay, we're halfway there! Keep it up! B: Whew. Where does the instructor get so much energy? C: I know. This is tough. / A: 好了，做完一半了！加油！ B: 呼…。老师为什么那么有精神…。 C: 对呀…。这个好吃力… / A: Rồi, đã xong một nửa rồi đấy! Cố lên! B: Hàa, sao cô có thể khỏe đến như thế chứ nhỉ… C: Ừ, bài này, mệt quá…

🔊 176

A：Bさんはダンスやってるんですか。
B：ええ。最初(さいしょ)のレッスンのときは難(むずか)しかったですけど、だんだん体(からだ)が動(うご)くようになってきました。

700 ダンス[する]
名 動3自 dancing, dance / 跳舞[跳舞] / điệu nhảy, nhảy

701 さいしょ　最初
名 first, beginning / 一开始 / lúc đầu

702 うごく　動く
動1自 limber (up), move / 动 / cử động

A: Do you dance, B-san? B: Yeah. It was hard to do on my first lesson, but my body gradually limbered up. / A: B小姐你在学跳舞呀？ B: 是呀。虽然一开始上课时很难，但身体渐渐地动起来了。 / A: Chị B đang tập nhảy à? B: Vâng, mấy bài lúc đầu thì khó nhưng dần dần cơ thể trở nên cử động.

Topic 10 ● ジム・グラウンド

🔊 177

> A：じゃあ、まず計画を立てよう。1カ月間毎日やることを書く。
> B：いいね。できた日はカレンダーに丸を書いていこう。

703 けいかく[する]　計画[する]
　　名 **動3他** plan, make a plan / 计划[计划] / kế hoạch, lập kế hoạch

704 たてる　立てる
　　動2他 make (a plan) / 拟定 / lập, lên (kế hoạch)

705 ひ　日
　　名 day / 日子 / ngày

706 カレンダー
　　名 calendar / 月历 / lịch

707 まる　丸
　　名 circle / 圈 / tròn, vòng tròn

A: All right, let's first come up with a plan. Let's write what we'll do every day for the month. B: Sounds good. Let's put a circle on the calendar for each day we stick to the plan. / A: 那首先，先拟定计划。写上这一个月之间每天要做的事。 B: 真好。做到的日子，就在月历上打圈。 / A: Nào, trước tiên là lập kế hoạch nào. Cùng viết ra việc sẽ làm mỗi ngày trong 1 tháng. B: Đúng rồi. Ngày nào tập được thì khoanh tròn vào lịch.

🔊 178

> A：あそこに女性のスタッフがいるんですが。
> B：ええ。
> A：彼女がマシンのことよく知っているので、いつでも、なんでも聞いてください。

708 スタッフ
　　名 staff (member) / 工作人员 / nhân viên

709 かのじょ　彼女
　　名 she / 她 / cô ấy

132

710 マシン
名 machine / 机器 / máy móc

711 いつでも
副 anytime / 随时 / bất kỳ lúc nào

A: See that woman on the staff over there? B: Yeah? A: She knows everything about the machines, so ask her anything anytime. / A: 那里有一位女性的工作人员。 B: 嗯。 A: 她对机器很熟悉，随时都可以问她任何问题。 / A: Chỗ kia có nhân viên nữ đấy... B: Vâng. A: Cô ấy biết rõ máy móc nên anh hãy cứ hỏi bất kỳ lúc nào, bất kỳ điều gì.

🔊 179

A：じゃあ山口(やまぐち)さん、<u>自己紹介(じこしょうかい)</u>お願(ねが)いします。
B：はじめまして、山口です。<u>この頃(ごろ)</u>ちょっと<u>太(ふと)って</u>しまったので、<u>ダイエットしたい</u>と思(おも)って、来(き)ました。<u>年(とし)</u>は３６歳(さんじゅうろくさい)です。よろしくお願(ねが)いします。

712 じこしょうかい[する]　自己紹介[する]
名 動3自 self-introduction, introduce oneself / 自我介绍[做自我介绍] / sự tự giới thiệu, tự giới thiệu

713 このごろ　この頃
名 副 recently / 这阵子 / gần đây

714 ふとる　太る
動1自 put on weight / 胖了 / mập, béo

715 ダイエット[する]
名 動3自 diet, go on a diet / 减肥[减肥] / sự ăn kiêng, ăn kiêng

716 とし　年
名 age / 年龄 / tuổi

A: All right, Yamaguchi-san, could you introduce yourself? B: How do you do? I'm Yamaguchi. I came here because I've put on a little weight recently, and want to go on a diet. I'm 36. Please lend me your support. / A: 那山口先生，请做自我介绍。 B: 初次见面，我叫山口。这阵子胖了一点，为了减肥来的。年龄是36岁。请多多指教。 / A: Bây giờ mời anh Yamaguchi tự giới thiệu. B: Xin chào, tôi là Yamaguchi. Gần đây tôi mập lên nên định ăn kiêng và đã đến đây. Tôi 36 tuổi. Rất mong mọi người giúp đỡ.

Topic 10　ジム・グラウンド

133

Topic 10 ● ジム・グラウンド

🔊 180

A：Bさんは、空手の試合に出るの、初めて？
B：あ、国では出たことがあります。

717 からて　空手
名 karate / 空手道 / karate

718 しあい　試合
名 match / 比赛 / trận đấu

719 でる　出る
動2自 participate / 参加 / tham dự

A: Is this your first time to be in a karate match? B: No, I've participated in one in my country. / A: B小姐，你第一次参加空手道的比赛？ B: 啊，我在国内时有参加过。 / A: Cậu B lần đầu thi đấu karate à? B: À, tớ từng tham dự ở nước của mình.

🔊 181

A：ジョギングはどのぐらい続けてるんですか。
B：２年ぐらいですね。週に５日、朝５キロ。
A：すごいなあ。
B：いや、習慣になればそれほど大変じゃないですよ。

720 つづける　続ける
動2他 continue / 坚持 / duy trì, tiếp tục

721 しゅうかん　習慣
名 habit / 习惯 / thói quen

722 それほど
副 that much / 那么 / đến thế

A: How long have you been jogging? B: About two years. I run five kilometers in the morning five times a week. A: That's amazing. B: Not really. Once you make it a habit, it's not so hard. / A: 跑步你坚持了多久？ B: 大概2年左右。一星期跑5天，早上跑5公里。 A: 好厉害哦。 B: 没有，只要习惯了，就没那么累。 / A: Chị duy trì chạy bộ được bao lâu rồi? B: Khoảng 2 năm đấy. Tuần 5 ngày, 5 km buổi sáng. A: Siêu thế ạ. B: Không đâu, thành thói quen rồi thì không vất vả đến thế đâu.

🔊 182

A:あのう、ここ、空いてますか。
B:ええ。あ、ごめんなさい。それ、私のペットボトルです。ここ、鏡が見えていいですよね。どうぞ。

723 あく　空く
　　動1自 be available / 空着 / trống

724 ペットボトル
　　名 plastic bottle / 宝特瓶 / chai nước

725 かがみ　鏡
　　名 mirror / 镜子 / gương

A: Um, can I use this space? B: Sure. Oh, sorry, that's my bottle. This is a good spot because you can see yourself in the mirror. It's all yours. / A: 那个，请问这里空着吗？ B: 空着。啊，对不起。那是我的宝特瓶。这里可以看到镜子，很不错哦。请。 / A: Xin lỗi, ở đây có trống không ạ? B: Vâng, à, xin lỗi. Đó là chai nước của tôi. Ở đây thấy được gương nên tiện nhỉ. Mời anh.

🔊 183

A:あと1点！打てー、打ってくれ！
B:打った！
A:入った！やった！勝った！

726 ～てん　～点
　　接尾 ~ points / ~分 / ~điểm

727 うつ　打つ
　　動1他 hit / 打 / đánh

728 やった
　　感 All right! / 太好啦 / hoan hô, làm được rồi

729 かつ　勝つ
　　動1自 win / 赢 / thắng

A: Just one more point! Hit it, hit it! B: He hit it! A: We scored! All right! We won! / A: 还有1分！打呀！一定要打到！ B: 打到了！ A: 进了！太好啦！赢了！ / A: Còn 1 điểm! Đánh, đánh đi! B: Đánh rồi! A: Vào rồi! Hoan hô! Thắng rồi!

Topic 10 ● ジム・グラウンド

Topic 10 ● ジム・グラウンド

🔊 184

A：どんな食事をしてますか。
B：そうですね。できるだけ ヘルシーな ものを食べてますよ。
サラダにはレモンをかけたり。
A：ああ、ビタミンとるの大事ですよね。

---

730 できるだけ
副 as much as possible / 尽量 / trong khả năng có thể

731 ヘルシーな
ナ healthy / 健康 / tốt cho sức khỏe

732 レモン
名 lemon / 柠檬 / chanh

733 ビタミン
名 vitamin / 维他命 / vitamin

734 だいじな　大事な
ナ important / 重要的 / quan trọng

A: What sorts of things do you eat? B: Let's see. I try to stick with healthy things as much as possible. I put a splash of lemon on salads. A: Oh, so it's important to get your vitamins, huh? / A: 你们吃饭都吃什么样的？ B: 嗯～。尽量吃健康的东西。比如沙拉加柠檬。 A: 啊～。摄取维他命是很重要的。 / A: Anh ăn uống thế nào? B: Vâng thì trong khả năng có thể, tôi ăn những gì tốt cho sức khỏe. Vắt chanh vào rau trộn này nọ. A: Ờ, bổ sung vitamin quan trọng đấy.

🔊 185

初めに、軽い運動をします。次に、グループに分かれて練習しましょう。最後に、またみんなでストレッチをします。じゃ、よろしくお願いします。

---

735 はじめに　初めに
副 first / 一开始 / đầu tiên

736 つぎに　次に
副 next / 接下来 / tiếp theo

737 わかれる　分かれる
動2自 split up / 分 / chia

738 さいごに　最後に
副 finally / 最后 / cuối cùng

739 ストレッチ[する]
名 **動3他** stretching, stretch / 伸展运动[做伸展运动] / co giãn, tập co giãn

First, we'll do a little warm-up. Next, we'll split up into groups and practice. Finally, we'll all do some stretches together. All right, let's get started. / 一开始，先做轻微的运动。接下来分组练习。最后大家再一起做伸展运动。那就请多多指教。 / Đầu tiên, chúng ta vận động nhẹ. Tiếp theo, sẽ chia thành nhóm để tập luyện. Cuối cùng, mọi người lại tập co giãn. Nào, mọi người cùng tập nhé.

🔊 186

A：どうすれば、速い(はや)ボール投(な)げられるかな。
B：まず、体(からだ)をまっすぐ立(た)てて、足(あし)をこう出(だ)して…。
A：あ、なんかできる気(き)がする！

740 なげる　投げる
動2他 throw, pitch / 投 / ném

741 たてる　立てる
動2他 stand / 站好 / dựng đứng, để thẳng

742 こう
副 like this / 这样 / như thế này

743 なんか
副 kind of / 好像 / có cảm giác

744 ～きがする　～気がする
動3自 feel (like/that ~) / 我觉得～ / cảm giác ～, cảm thấy ～

A: I wonder what I can do to become able to throw a fast ball. B: First, stand up straight and put one foot forward like this. A: Oh, I feel like I can kind of do it already! / A: 要怎么样才能投快球呢？ B: 首先，你身体要直立站好，脚像这样伸出去…。 A: 啊，我感觉好像做得到！ / A: Làm thế nào để ném bóng nhanh được nhỉ? B: Trước tiên để thẳng người, đưa chân ra như thế này … A: À, tôi có cảm giác làm được ấy!

Topic 10 ● ジム・グラウンド

🔊 187

A：ジム、どう？
B：うん、4キロぐらい<u>減らしたかった</u>んだけどね。<u>なかなか痩せない</u>から、<u>やめ</u>ちゃった。

745 へらす　減らす
[動1他] lose (weight) / 减 / làm giảm

746 なかなか
[副] just can't / 很 / mãi không

747 やせる　痩せる
[動2自] slim down / 瘦 / ốm, gầy

748 やめる
[動2他] quit / 不去了 / nghỉ, ngưng

A: How's the gym? B: Well, I wanted to lose around four kilograms, you see. But I just couldn't slim down, so I quit. / A: 健身房怎么样？ B: 嗯，我本来想减4公斤的。但很难瘦下去。就不去了。 / A: Cậu tập gym sao rồi? B: Ừm, tôi muốn giảm khoảng 4 kí nhưng mà mãi không ốm được nên nghỉ rồi.

🔊 188

A：<u>やり方</u>を説明します。この<u>ライン</u>から走り<u>始めて</u>、あそこの<u>線</u>まで行って、ここに戻ってくる。それを続けます。
B：線は<u>踏む</u>んですか。
A：はい、踏んでください。

749 やりかた　やり方
[名] how to do (something) / 方法 / cách làm

750 ライン
[名] line / 线 / đường vạch

751 ～はじめる　～始める
[動2自] start ~ing / 开始~ / bắt đầu ~

752 せん　線
[名] line / 线 / đường

753 ふむ　踏む
動1他 step on / 踩 / giẫm

A: I'll explain how to do it. Start running from this line, go all the way to that line over there, and return here. You keep repeating that. B: Do we step on the lines? A: Yes, step on them. / A: 我来说明方法。从这条线开始跑，跑到那边的线，回来这里。一直持续。 B: 要踩线吗？ A: 是的，要踩到线。 / A: Tôi sẽ giải thích cách làm. Bắt đầu chạy từ đường này, đi đến đường đằng kia, rồi quay lại đây. Tiếp tục như thế. B: Giẫm lên đường thẳng ạ? B: Vâng, cứ giẫm lên nhé.

🔊 189

A：かっこいいTシャツですね。何て書いてあるんですか。
B：ドイツ語で、「逃げない。自分に負けない」って書いてあります。
A：あはは。いいですね。

754 かっこいい
イ cool / 帅 / ngầu, phong độ

755 Tシャツ
名 T-shirt / T恤 / áo phông

756 ドイツ
名 Germany / 德国 / Đức

757 にげる　逃げる
動2自 run away / 逃跑 / chạy trốn

758 まける　負ける
動2自 lose / 输 / thua

A: That's a cool T-shirt. What does it say? B: It says "Don't run away. Never lose to yourself." in German. A: Ha-ha, that's awesome. / A: 很帅的T恤呀。上面写着什么？ B: 这是德语，写着「不逃跑，不输给自己」 A: 啊哈哈，真好。 / A: Cái áo phông ngầu nhỉ. Viết gì trên đó vậy? B: Tiếng Đức, viết là "Không được chạy trốn. Không thua bản thân". A: Ahaha, hay nhỉ.

Topic 10 ● ジム・グラウンド

Topic 10 ● ジム・グラウンド

🔊 190

A：<u>クリケット</u>って<u>ゴルフ</u>みたいなスポーツですか。
B：うーん、ゴルフより<u>野球</u>に<u>似て</u>ますね。

759 クリケット
　　名 cricket / 板球 / bóng gậy

760 ゴルフ
　　名 golf / 高尔夫 / đánh gôn

761 やきゅう　野球
　　名 baseball / 棒球 / bóng chày

762 にる　似る
　　動2自 be similar / 像 / giống

A: Is cricket a sport like golf? B: Nope, it's more similar to baseball than it is to golf. / A: 板球这个运动很像高尔夫吗？ B: 嗯~，比起高尔夫，更像棒球。 / A: Bóng gậy là môn thể thao như đánh gôn à? B: Không, giống với bóng chày hơn là đánh gôn đấy.

🔊 191

A：電車か新幹線で行ける<u>スキー場</u>って、どこかありますか。
B：たくさんありますよ。<u>スキー</u>行くんですか。
A：はい、<u>スノーボード</u>ですけど。

763 すきーじょう　スキー場
　　名 ski resort / 滑雪场 / khu trượt tuyết

764 スキー
　　名 skiing / 滑雪 / trượt tuyết

765 スノーボード／スノボ
　　名 snowboard / 单板滑雪 / trượt ván trên tuyết, ván trượt tuyết

A: Are there any ski resorts I can reach by regular train or Shinkansen? B: There's a bunch. Are you going skiing? A: Snowboarding, actually. / A: 有没有电车或者新干线能到的滑雪场呀？ B: 有很多呀。你要去滑雪呀？ A: 嗯，但我是单板滑雪。 / A: Có Khu trượt tuyết nào mà có thể đi bằng tàu điện hay tàu cao tốc shinkansen không? B: Nhiều lắm đấy. Cậu đi trượt tuyết à? A: Ừ, trượt ván trên tuyết …

🔊 192

A：どうしてバレーを始めようと思ったんですか。
B：私、背が低いですけど、遊びでやったとき楽しかったので、チャレンジしてみたいなと思って。

766 バレー（ボール）
- 名 volleyball / 排球 / bóng chuyền

767 せがひくい　背が低い
- イ short / 身高矮 / (chiều cao) thấp

768 ➕ せがたかい　背が高い
- イ tall / 身高高 / cao

769 チャレンジ［する］
- 名 動3自 challenge, give (something a try), take on a challenge / 挑战[挑戰] / sự thử thách, thử thách

A: What made you want to take up volleyball? B: I'm short, but I've had fun whenever I played around with a volleyball before, so I thought I'd give it a try. / A: 你怎么会开始打排球呢？ B: 我身高矮，但之前玩的时候觉得很有趣，所以我想挑战一下。 / A: Tại sao cậu bắt đầu đánh bóng chuyền. B: Tôi thì thấp nhưng khi đánh chơi thì tôi thấy vui nên muốn thử thách xem.

🔊 193

A：わあ、グラウンドに水が…。
B：昨日、雪降ったからね。ああ、めがねが曇る。
A：今日はシューズが汚くなりそうだなあ。

770 くもる　曇る
- 動1自 fog (up) / 起雾 / mờ

771 シューズ
- 名 shoe / 鞋子 / giày

772 きたない　汚い
- イ be dirty / 脏 / bẩn, dơ

A: Whoa, the field is soaked. B: That's because it snowed yesterday. Great, my glasses are fogging up. A: Our shoes will probably get dirty today, huh? / A: 哇！运动场有水…。 B: 因为昨天下雪了。哎…眼镜起雾了。 A: 今天鞋子应该会弄脏吧。 / A: Ôi, sân đấy nước …B: Do hôm qua tuyết rơi nhỉ. À á, mắt kính mờ luôn. A: Hôm nay có vẻ giày sẽ bẩn rồi đây.

Topic 10 ● ジム・グラウンド

🔊 194

A：Bさんも、バドミントンの練習会、来てみませんか。
B：いいんですか。道具、何も持ってないんですけど。
A：大丈夫。貸しますよ。

---

773 バドミントン
名 badminton / 羽毛球 / cầu lông

774 〜かい　　〜会
接尾 gathering for 〜 / 〜会 / buổi 〜, hội 〜

775 どうぐ　　道具
名 equipment, gear / 道具 / dụng cụ

A: How about coming to badminton practice? B: Can I? I don't have any equipment, though. A: That's okay. I'll lend you some. / A: B先生，你要不要来参加羽毛球的练习会？ B: 可以吗？我什么道具都没有。A: 没关系，我借你。 / A: Cậu B cũng thử đến buổi tập cầu lông không? B: Được không? Tớ không có dụng cụ hay gì cả… A: Không sao. Tớ sẽ cho mượn.

🔊 195

A：Bさんの趣味は何ですか。
B：まだ始めてないんですけど、ヨガに興味があります。夏休みの間、習おうと思っています。

---

776 しゅみ　　趣味
名 hobby / 爱好 / sở thích

777 ヨガ
名 yoga / 瑜伽 / yoga

778 きょうみ　　興味
名 interest / 兴趣 / mối quan tâm

779 あいだ　　間
名 during / 期间 / trong suốt

A: What's your hobby, B-san? B: I haven't started yet, but I'm interested in yoga. I'm thinking of learning how to do it during summer vacation. / A: B小姐，你的爱好是什么？ B: 虽然还没开始，但我对瑜伽有兴趣。我想在暑假期间去学。 / A: Sở thích của chị B là gì? B: Tôi chưa bắt đầu nhưng có mối quan tâm với yoga. Tôi định đi học trong suốt kỳ nghỉ hè.

142

Topic 11

訪問先
ほう もん さき

Visiting Destination / 拜访 / Nơi thăm viếng

No. 780-839

Topic 11 ● 訪問先(ほうもんさき)

🔊 196

A：いらっしゃい。
B：おじゃまします。りんちゃん、あいさつして。
C：こんにちは。
A：はい、こんにちは。スリッパ、どうぞ。ゆっくりしていってくださいね。

780 おじゃまします
句 We're sorry to intrude / 打扰了 / Xin phép làm phiền ạ

781 あいさつ[する]
名 動3自 greeting, greet, say hello / 打招呼[打招呼] / sự chào hỏi, chào hỏi

782 スリッパ
名 slipper / 拖鞋 / dép

783 ゆっくりする
動3自 take it easy, relax / 慢慢 / từ từ

A: Welcome. B: We're sorry to intrude. Rin-chan, say hello. C: Hello. A: Hello, there. Here, put on some slippers. Just make yourself at home. / A: 欢迎。 B: 打扰了。小RIN，打招呼。C: 你好。 A: 是，你好。请穿拖鞋，慢慢休息。 / A: Mời vào。 B: Xin phép làm phiền ạ. Rin-chan à, con chào bác đi. C: Con chào bác. A: Nào, chào con. Mang dép vào nhé. Đi từ từ nhé.

🔊 197

A：準備(じゅんび)、手伝(てつだ)うよ。
B：そう？じゃ、この野菜(やさい)、台所(だいどころ)に運(はこ)んでくれる？

784 てつだう　手伝う
動1他 help / 帮忙 / giúp đỡ

785 だいどころ　台所
名 kitchen / 厨房 / nhà bếp

786 はこぶ　運ぶ
動1他 carry / 拿去，搬运 / mang, bưng, khiêng

A: I'll help you get everything ready. B: Oh? All right, could you carry these veggies to the kitchen? / A: 我来帮忙准备。 B: 这样？那你帮我把这个青菜拿去厨房？ / A: Để tôi giúp chuẩn bị cho. B: Vậy à? Vậy mang giúp tôi mớ rau này vào nhà bếp nhé.

🔊 198

A：新しいおうち、いいですね。あ、畳の部屋もあるんですね。
B：ええ。
A：わあ、いい花瓶ですね。玄関にかけてあった絵も素敵でした。

787 たたみ　畳
- 名 tatami, rice straw mat / 榻榻米 / chiếu

788 かびん　花瓶
- 名 vase / 花瓶 / lọ hoa

789 かける
- 動2他 hang / 挂 / treo

A: Your new home is really nice. Oh, you have a tatami room, huh? B: Yeah. A: Ooh, that's a lovely vase, too. And the picture hanging in the entry was also nice. / A：新家呀。真好。啊，还有榻榻米的房间呀。B: 是呀。 A：哇～，这个花瓶真好。挂在玄关的画也好美哦。 / A: Nhà mới thích nhỉ. Ố, có cả phòng chiếu nữa này. B: Vâng. A: Ôi, lọ hoa đẹp nhỉ. Cả bức tranh treo ở lối vào nhà cũng tuyệt.

Topic 11　訪問先　ほうもんさき

🔊 199

A：いい天気。雲もないね。近くの池まで散歩に行こうか。
B：行こう。じゃ、出る前にちょっと、お手洗い借ります。
A：どうぞ。

790 くも　雲
- 名 cloud / 云 / mây

791 いけ　池
- 名 pond / 池塘 / ao

792 おてあらい　お手洗い
- 名 bathroom, lavatory / 洗手间 / nhà vệ sinh

A: It's a nice day. Not a cloud in the sky. How about taking a walk to a nearby pond? B: Let's. Before we go, can I use your bathroom? A: Sure. / A：天气真好，连云都没有。我们散步到附近的池塘吧。 B: 走吧。那出门前，我想先借用一下洗手间。 A：请用。 / A: Trời đẹp nhỉ. Không một bóng mây. Mình đi dạo đến cái ao gần đây đi. B: Ừ đi. Vậy cho tớ mượn nhà vệ sinh trước khi đi nhé. A: Cứ tự nhiên.

145

Topic 11 ● 訪問先
ほうもんさき

🔊 200

A：あ、これ、Bさんの結婚式の写真ですね。
B：ええ。去年、東京の教会で。
A：Bさん、きれい。ドレスも素敵ですね。
B：ありがとうございます。

793 けっこんしき　結婚式
名 wedding (ceremony) / 婚礼 / lễ kết hôn

794 きょうかい　教会
名 church / 教堂 / nhà thờ

795 ドレス
名 dress / 礼服 / áo cưới, đầm dạ hội

A: Oh, this is a picture of your wedding, isn't it? B: Yeah. We married at a church in Tokyo last year. A: You look beautiful. Your dress is nice, too. B: Thank you. / A: 啊，这个是B小姐婚礼时的照片。 B: 是的。去年在东京的教堂。 A: B小姐好漂亮哦。礼服也很美。 B: 谢谢。 / A: Ồ, đây là ảnh lễ kết hôn của chị B à? B: Vâng, năm ngoái, tại nhà thờ ở Tokyo. A: Chị B đẹp quá. Cả áo cưới cũng đẹp nữa. B: Cảm ơn bạn.

🔊 201

A：Bさん、お正月は北海道に帰るんですか。
B：はい。青森のおじの家を訪ねて、それから帰ります。

796 （お）しょうがつ　（お）正月
名 New Year's / 过新年 / Tết, năm mới

797 あおもり　青森
名 Aomori [name of city and prefecture] / 青森 / Aomori

798 おじ
名 uncle / 伯父, 姨父, 姑父, 舅父 / chú, cậu

799 たずねる　訪ねる
動2他 visit / 拜访 / thăm

A: Are you going back to Hokkaido for New Year's? B: Yeah. I'm going to visit my uncle's place in Aomori, and then go to Hokkaido from there. / A: B先生，过新年时你要回北海道呀？ B: 是的。先去青森伯父家拜访，再回去。 / A: Tết anh B về Hokkaido à? B: Vâng, tôi sẽ ghé thăm nhà người chú ở Aomori rồi về.

🔊 202

A：あれ？ 京子おばさん、留守かな。
B：うん。鍵かかってるね。
A：11時に約束したんだけどな。

800 おば
　名 aunt / 伯母, 姨母, 姑母, 舅母 / cô, dì

801 るす　留守
　名 being away from home / 不在家 / vắng nhà

802 かかる
　動1自 be locked / 锁着 / khóa (cửa)

803 やくそく[する]　約束[する]
　名 動3他 appointment, make an appointment, set a time / 约定[约好] / lời hứa, hẹn

A: What? I wonder if Aunt Kyoko is out. B: Could be. The door's locked. A: I told her we'd be here at 11, though. / A: 诶？京子伯母不在家吗？ B: 嗯，钥匙锁着。 A: 我们明明约好11点的呀。 / A: Ủa, dì Kyoko vắng nhà sao ta? B: Ừm, cửa khóa nhỉ. A: Đã hẹn 11 giờ rồi mà.

🔊 203

A：お酒どうぞ。遠慮しないで。
B：はい。いただきます。子どもたちが騒いですみません。
A：ううん。にぎやかでいいよ。いつでも連れてきて。

804 えんりょ[する]　遠慮[する]
　名 動3他 restraint, be reserved, be shy / 客气[客气] / sự ngại ngùng, ngại

805 さわぐ　騒ぐ
　動1自 be noisy / 吵, 吵闹 / làm ồn

806 つれてくる　連れてくる
　動3他 bring (someone) / 带来 / dẫn đến

A: Have a drink. Don't be shy. B: Sure. Thank you. I'm sorry our kids are being so noisy. A: Not at all. It's nice to liven things up here. Bring them anytime. / A: 请喝酒。别客气。 B: 好的。我开动了。不好意思，孩子们这么吵。 A: 不会的。这样才热闹呀。欢迎随时带他们来。 / A: Mời cậu uống rượu. Đừng ngại nhé. B: Vâng, em xin. Bọn trẻ làm ồn thật xin lỗi. A: Có gì đâu, nhộn nhịp vui mà. Cứ dẫn bọn trẻ đến bất kỳ lúc nào nhé.

Topic 11 ●訪問先 ほうもんさき

147

Topic 11 ●訪問先(ほうもんさき)

🔊 204

A：あきちゃんは、元気ですか。
B：うん。去年大学を卒業して、今、仕事で広島に住んでるよ。
A：へえ。
B：普段はちっとも連絡来ないけど、急に帰ってくるんだよ。

807 そつぎょう[する]　卒業[する]
　名 動3自 graduation, graduate / 毕业[要毕业] / sự tốt nghiệp, tốt nghiệp

808 ひろしま　広島
　名 Hiroshima [name of city and prefecture] / 广岛 / Hiroshima

809 ふだん　普段
　名 副 usually / 平常 / bình thường

810 ちっとも
　副 the least bit / 从来 / (không) chút nào, một chút cũng

A: Is Aki-chan doing well? B: Yeah. He graduated from college last year, and now he's living and working in Hiroshima. A: Wow. B: Usually, he doesn't keep in touch the least bit, but sometimes he'll give us a surprise visit. / A: AKI酱好吗？ B: 嗯，去年从大学毕业，现在因为工作住在广岛呢。 A: 是哦。 B: 平常从来不联系，但会突然回来。 / A: Aki khỏe không bác? B: Ừm, năm ngoái nó tốt nghiệp đại học rồi bây giờ vì công việc mà sống ở Hiroshima đấy. A: Ồ. B: Bình thường nó chẳng liên lạc chút nào cả, nhưng có khi về lại bất ngờ đấy.

🔊 205

A：これは…どこの字ですか。
B：エジプトの字です。僕の奥さんの妹が、あちらの方と国際結婚していてね。だんなさんがくれたんです。
A：へえ。きれいですね。

811 じ　字
　名 writing, script, character / 字 / chữ

812 エジプト
　名 Egypt / 埃及 / Ai Cập

813 おくさん　奥さん
　名 wife / 妻子 / vợ

148

814 こくさいけっこん[する]　国際結婚[する]
名 **動3自** international marriage, marry someone of a different nationality / 国际结婚[国际结婚] / kết hôn quốc tế, việc kết hôn quốc tế, kết hôn quốc tế

815 だんなさん
名 (someone's/your) husband / (她/你) 丈夫 / chồng

816 くれる
動2他 give / 送给我 / cho

A: What is this writing? B: It's the script used in Egypt. My wife's sister is married to a man from there. He gave this to us. A: Wow. It's beautiful. / A: 这是…哪里的字呀？ B: 埃及的字。我妻子的妹妹和那边的人国际结婚。她丈夫送给我的。 A: 是哦，好美哦。 / A: Đây là… chữ ở đâu vậy nhỉ? B: Là chữ Ai Cập. Em vợ tôi kết hôn quốc tế với người ở đó. Chồng cô ấy tặng chúng tôi. A: Vậy à. Đẹp nhỉ.

🔊 206

A：あ、もうこんな時間。そろそろ失礼しますね。
B：そうですか。次は、バーベキューですね。ご主人も、ぜひ一緒に。
A：ええ、楽しみにしてます。

817 そろそろ
副 soon, its about time / 差不多 / chuẩn bị, sắp sửa

818 しつれい[する]　失礼[する]
名 **動3自** leaving, leave (someone's home) / 告辞[告辞了] / sự thất lễ, thất lễ, xin phép

819 ごしゅじん　ご主人
名 (your/someone's) husband / (你/她) 先生 / anh nhà, chồng

820 たのしみにして(い)ます　楽しみにして(い)ます
句 We're looking forward to it / 我很期待 / Tôi lấy đó làm niềm vui, Tôi rất mong đợi

A: Oh, look at the time. I should get going soon. B: Are you sure? Next time we meet will be the barbecue, right? Be sure to bring your husband. A: Okay. We're looking forward to it. / A: 啊，已经这么晚了。我差不多要告辞了。 B: 这样呀。下次换烤肉了。我先生也很想一起。 A: 嗯，我也很期待。 / A: Ồ, đã trễ thế này rồi. Tôi chuẩn bị xin phép về đây. B: Thế ạ? Lần tới là nướng thịt ngoài trời BBQ nhỉ. Chị cũng nhớ mời anh xã đến nhé. A: Vâng, chúng tôi mong lắm.

Topic 11 ● 訪問先

🔊 207

A：大きいおうちですね。
B：うん。私の祖父が生きていたときは農家だったの。牛や豚もいたんだよ。

---

821 そふ　祖父
- 名 grandfather / 祖父 / ông

822 いきる　生きる
- 動2自 be alive / 活着 / sống

823 のうか　農家
- 名 farmer / 农家 / nông dân

824 うし　牛
- 名 cow, cattle / 牛 / bò

825 ぶた　豚
- 名 pig / 猪 / lợn

A: This is a huge house. B: Yeah. We were a farming family when my grandfather was alive. We had cows, pigs, and whatnot. / A: 好大的房子呀。 B: 嗯，我祖父还活着的时候是农家。当时还有牛和猪呢。 / A: Nhà mình lớn bác nhi. B: Ừm, ông của bác khi còn sống là nông dân đấy. Có cả bò, lợn đấy.

🔊 208

A：お風呂沸いたよ。布団は押し入れに入ってるからね。
B：はあい。おじいちゃん、あしたも泊めてくれる？
A：おお、いいよ。

---

826 わく　沸く
- 動1自 (bath) is ready, heated / 放好了 / đun

827 ふとん　布団
- 名 futon / 棉被 / đệm

828 おじいちゃん
- 名 grandpa [casual form of おじいさん] / 爷爷, 老公公 / ông

829 ➕ おばあちゃん
- 名 grandma [casual form of おばあさん] / 奶奶, 老奶奶 / bà

830 とめる 泊める

動2他 let (someone) stay, put (someone) up / 让住 / cho ngủ lại

A: The bath's ready. The futons are in the closet. B: Okay. Could you let me stay another night tomorrow, Grandpa? A: Sure thing. / A: 洗澡水放好了。棉被就放在壁橱里哦。 B: 好。爷爷，我明天也可以住吗？ A: 嗯，好呀。 / A: Ông đun nước bồn tắm rồi đấy. Còn đệm thì trong tủ đấy nhé. B: Vâng ông ạ, mai ông cũng cho cháu ngủ lại nhé? A: Ờ, được chứ.

🔊 209

A：Cさん、誕生日<u>おめでとう</u>！
B：おめでとうございます！
A：これ、プレゼント。
C：わあ、ありがとうございます。たくさん<u>頂いて</u>、すみません。
B：写真撮りましょう。はい、<u>笑って</u>。

831 おめでとう（ございます）

句 Happy (birthday), Congratulations / 恭喜 / (Xin) chúc mừng

832 いただく 頂く

動1他 receive [humble form of もらう] / 收到（「もらう」的谦让语） / nhận (từ khiêm nhường của "もらう")

833 わらう 笑う

動1自 smile / 笑 / cười

A: Happy birthday, C-san! B: Happy birthday. A: Here's a present for you. C: Wow, thanks. You shouldn't have gone to the trouble of getting so many things. B: Let's take a pic. Smile. / A: C小姐，祝你生日快乐！ B: 恭喜你！ A: 这是礼物。 C: 哇～谢谢！收到这么多，真不好意思。 B: 我们来照相吧。好，笑一个。 / A: C à, chúc mừng sinh nhật! B: Xin chúc mừng! A: Đây là quà sinh nhật. C: Ôi, cảm ơn cậu. Tớ nhận nhiều quá thật ngại. B: Chụp ảnh thôi. Nào, cười lên.

Topic 11 ● 訪問先
ほうもんさき

🔊 210

A：駅まで送るよ。
B：うん。
A：部屋、寒くなかった？
B：うん、ストーブがあったから寒くなかったよ。
A：4月には入学か。楽しみだね。

834 おくる　送る
　　動1他 take (someone to a place to see them off) / 送 / nhà ga

835 ストーブ
　　名 heater / 暖炉 / lò sưởi

836 にゅうがく[する]　入学[する]
　　名 動3自 school admission, enter a school / 入学[入学] / sự nhập học, nhập học

A: I'll take you to the train station. B: Okay. A: Was the room cold for you? B: No. Thanks to the heater, I wasn't cold. A: So you'll be going into college in April. I can't wait. / A: 我送你到车站。B: 嗯。A: 房间不会冷吧？B: 嗯，有暖炉所以不会冷。A: 4月就要入学了，好期待哦。 / A: Để ông đưa ra nhà ga. B: Dạ. A: Phòng không bị lạnh chứ? B: Dạ, có lò sưởi nên không lạnh ạ. A: Tháng 4 là nhập học phải không? Mong nhỉ.

🔊 211

A：あ、電話かかってきた。私、Cさんを迎えにいってくる。
B：はあい。
A：先に食べててね。

837 かかってくる
　　動3自 (phone) rings / 打来 / gọi đến

838 むかえにいく　迎えにいく
　　動1他 go pick up (someone) / 去接 / đi đón

839 さきに　先に
　　副 before (others do something) / 先 / (làm gì đó) trước

A: Oh, the phone's ringing. I'm going to go pick up C-san. B: Okay. A: Go ahead and start eating. / A: 啊，电话打来了。我去接C小姐。B: 嗯。A: 你先吃着。 / A: A, có điện thoại gọi đến. Tớ đi đón C đến đây. B: Ờ. A: Cậu ăn trước đi nhé.

Topic 12

インターネット

The Internet / 互联网 / Internet

No. 840-896

Topic 12 ● インターネット

🔊 212

A：ネットで、どんな動画見てる？
B：好きなバンドのチャンネルとか、猫の動画とか見てるよ。
　　Aさんは？
A：うーん、グラスの磨き方とか、さしみの切り方とか…。

840 どうが　動画
　　 名 video / 视频 / video

841 バンド
　　 名 band / 乐团 / ban nhạc

842 チャンネル
　　 名 channel / 频道 / kênh

843 グラス
　　 名 glass / 玻璃杯 / kính

844 みがく　磨く
　　 動1他 clean / 擦 / đánh bóng, chà

845 さしみ
　　 名 sashimi / 生鱼片 / cá sống sashimi

A: What kinds of videos do you watch online? B: I watch things like the channels of bands I like and cat videos. How about you? A: Hmm, things like how to clean drinking glasses or how to slice sashimi. / A: 你都在网上看什么视频？ B: 看我喜欢的乐团频道，还有猫视频什么的。你呢？ A: 嗯～我会看怎么擦玻璃杯，还有怎么切生鱼片什么的…。 / A: Cậu xem video gì trên mạng? B: Kênh của ban nhạc yêu thích, hay video về mèo này nọ. Còn A? A: Ừm, cách đánh bóng kính, cách cắt cá sống sashimi vân vân…

🔊 213

A：この人、高校生で小説家だって。
B：えっ。ジャズやってる人でしょ？
A：あ、両方やってるみたい。すごいね。

846 こうこうせい　高校生
　　 名 high school student / 高中生 / học sinh THPT

847 しょうせつか　小説家
名 novelist / 小说家 / tiểu thuyết gia

848 ジャズ
名 jazz / 爵士乐 / nhạc jazz

849 りょうほう　両方
名 both / 两个 / cả hai

A: This person is a high school student and a novelist. B: What? Isn't she the one who plays jazz? A: It looks like she does both. Amazing, huh? / A: 这个人是高中生，还是位小说家呢。B: 诶！？她不是演奏爵士乐的人吗？ A: 啊，她两个都会耶。好厉害。 / A: Nghe nói bạn này là học sinh THPT và là tiểu thuyết gia đó. B: Ơ, phải người chơi nhạc jazz không? A: Ờ, hình như làm cả hai luôn. Siêu nhỉ.

🔊 214

A：いい歌だなあ。声もいいね。
B：この人が作ってて、楽器も全部やってるんだよ。今、世界中ですごい人気の人。歌手じゃなくて、音楽家だね。

850 こえ　声
名 voice / 声音 / giọng

851 せかいじゅう　世界中
名 around the world / 全世界 / khắp thế giới

852 にんき　人気
名 popular, big thing / 人气 / được yêu thích

853 おんがくか　音楽家
名 musical artist, musician / 音乐家 / chuyên gia âm nhạc

A: This is a nice song. He's got a great voice. B: He writes his songs and plays all the instruments. He's a really big thing around the world now. He's not just a singer, he's a musical artist. / A: 真是首好歌，声音也好。 B: 这个人自己作的。连乐器也都是他自己演奏的。现在在全世界都很有人气哦。不能算是歌星，应该要称为音乐家了。 / A: Bài hát hay nhỉ. Giọng cũng hay nữa. B: Người này hát, chơi nhạc cụ, làm mọi thứ luôn đấy. Bây giờ được yêu thích khắp thế giới luôn. Không phải ca sĩ mà là chuyên gia âm nhạc mới đúng nhỉ.

Topic 12 ● インターネット

🔊 215

A：会社の人に、SNS見られたくないなあ。
B：別のアカウント作ればいいと思うよ。

854 ＳＮＳ
名 social media / 社交媒体 / mạng xã hội

855 べつ　別
名 separate / 其他 / khác, riêng

856 アカウント
名 account / 账号 / tài khoản

A: I don't want people at my company seeing me on social media. B: I think you should make a separate account. / A: 我不想让公司的人看到我的社交媒体。 B: 那你开其他账号就好了呀。 / A: Không muốn bị người công ty xem mạng xã hội gì hết. B: Tôi nghĩ là tạo một tài khoản khác là được mà.

🔊 216

A：ダンスの練習で、自分が踊ってるところをビデオで撮ったんだけど。
B：うん。
A：本当にかっこ悪かった。おかしくて笑っちゃったよ。

857 おどる　踊る
動1自 dance / 跳舞 / nhảy, múa

858 ビデオ
名 video / 视频 / video

859 かっこわるい　かっこ悪い
イ lame, dork / 很难看 / xấu xí

860 おかしい
イ funny / 奇怪 / buồn cười, ngộ

A: I took a video of me dancing at dance practice. B: Yeah? A: I looked like a total dork. It was so funny I burst out laughing. / A: 在练习跳舞时，我拍了自己在跳舞的视频。 B: 嗯。 A: 真的很难看，奇怪到我自己都觉得很可笑。 / A: Tôi đã quay video trong buổi luyện tập nhảy... B: Ừm. A: Xấu xí thật sự ấy. Buồn cười quá trời.

🔊 217

A：今、アプリでスペイン語の会話勉強してるんだ。
B：へえ。無料のアプリ？
A：うん、ただだよ。

861 アプリ
- 名 app / APP / ứng dụng

862 スペイン
- 名 Spain / 西班牙 / Tây Ban Nha

863 かいわ[する]　会話[する]
- 名 動3自 conversation, chat / 会话[会话] / hội thoại, nói chuyện

864 ただ
- 名 free / 免费 / miễn phí

A: I'm using an app to study conversational Spanish. B: Wow. Is it a free app? A: Yeah, it's free. / A: 我现在在用APP学西班牙会话呢。 B: 是哦，免费APP吗？ A: 嗯，免费的。 / A: Bây giờ tôi đang học hội thoại tiếng Tây Ban Nha qua ứng dụng đấy. B: Ồ, ứng dụng miễn phí? A: Ừm, miễn phí.

🔊 218

A：ゲームの音、うるさいよ。ちょっと静かにして。
B：はあい。
A：そんなに画面見続けたら、目が悪くなるよ。

865 ゲーム
- 名 game / 游戏 / game

866 うるさい
- イ loud, noisy / 好吵 / ồn ào

867 ～つづける　～続ける
- 動2他 keep doing ~ / 一直～ / ~ liên tục

A: That game is too loud. Turn it down some. B: Okay. A: If you keep staring at the screen so much, you'll ruin your eyes. / A: 游戏的声音好吵哦。安静一点。 B: 是～。 A: 你这样一直看画面，眼睛会变坏哦。 / A: Tiếng game ồn quá con ơi. Giữ yên lặng chút nào. B: Dạ. A: Con cứ nhìn màn hình liên tục như thế là hư mắt đấy.

Topic 12 ● インターネット

🔊 219

A：ねえ、これ、3つ選ぶ場合はどうするの。
B：横に三角のマークがあるでしょう。そこをクリックして。

868 えらぶ　選ぶ
【動1他】choose / 选 / chọn

869 ばあい　場合
【名】case / 如果 / trường hợp

870 さんかく　三角
【名】triangle / 三角 / tam giác

871 マーク
【名】mark / 记号 / dấu

A: Hey, what do you do when you want to choose three? B: There's a triangular mark on the side, right? Click that. / A: 我问你，这个我如果要选3个怎么办？ B: 旁边不是有个三角记号，你点一下那个。 / A: Này, cái này, trường hợp chọn 3 cái thì làm sao? B: Có cái dấu tam giác bên cạnh đúng không? Nhấp vào đó.

🔊 220

A：この二人、別れたらしいよ。
B：そうなんだ。有名人って大変だね。普通の人なら何も言わなくていいのに。

872 わかれる　別れる
【動2自】divorce, split up / 离婚, 分手 / li hôn, chia tay

873 ゆうめいじん　有名人
【名】celebrity / 明星 / người nổi tiếng

874 ふつう　普通
【名】【副】regular / 普通 / bình thường

A: Apparently these two have divorced. B: Oh? I guess it's tough being a celebrity. When regular people split up they don't have to tell everybody about it. / A: 听说这2个人离婚了哦。 B: 是哦。明星真辛苦。普通人的话，就不用特别解释了。 / A: Hai người này nghe nói li hôn rồi đấy. B: Vậy à? Người nổi tiếng á, vất và nhỉ. Nếu là người thường thì đâu cần nói gì vậy mà…

🔊 221

A：うまい！ Bさんがかいたの？
B：ううん。うまい人(ひと)を写(うつ)して練習(れんしゅう)してるんだ。
A：へえ。何(なん)のソフト使(つか)ってるの。
B：これ。このサイトに、使(つか)い方(かた)が書(か)いてあるよ。

875 うつす　写す
動1他 copy / 描绘 / chép lại

876 ソフト（ウエア）
名 software / 软件 / phần mềm

877 サイト
名 (web)site / 网站 / trang web

A: Nice! Did you draw that? B: No, I copied it from someone who's good and I'm practicing with it. A: Wow. What software are you using? B: This here. This site explains how to use it. / A: 好厉害！这是B小姐画的？　B: 不是，我拿画得不错的作品来做描绘练习。　A: 是哦，你用什么软件？　B: 这个。这个网站有写使用方法。　/ A: Đẹp quá! B vẽ à? B: Không, là chép lại của người giỏi để tập thôi. A: Ồ, cậu dùng phần mềm nào vậy? B: Cái này. Trong trang web này có ghi cách dùng đó.

🔊 222

A：Bさんは、音楽(おんがく)聞(き)きますか。
B：ええ。私(わたし)はレコードの時代(じだい)からロックを。
A：へえ、そうですか。

878 レコード
名 record / 黑胶唱片 / đĩa than

879 じだい　時代
名 times / 时代 / thời đại

880 ロック
名 rock (music) / 摇滚乐 / nhạc rốc

A: Do you listen to music? B: Yeah. I've listened to rock since the times when it was on records. A: Oh, I see./ A: B先生你听音乐吗？　B: 嗯。我从黑胶唱片的时代就在听摇滚乐。A: 是哦，原来如此。　/ A: Anh B có nghe nhạc không? B: Vâng, tôi nghe nhạc rốc từ thời đĩa than. A: Ồ, vậy à?

Topic 12 ●インターネット

🔊 223

A：何、調べてるの。
B：漢字のこと。でも、ネットに書いてなさそう。
A：うちに、国語辞典も漢字辞典もあるよ。
B：そうだった。頭いい！

881 こと
　名 about (something) / 事 / về việc

882 じてん　辞典
　名 dictionary / 字典 / từ điển

883 あたま(が)いい　頭(が)いい
　イ smart / 真聪明 / thông minh

A: What are you looking up? B: About a kanji, but it doesn't look like it's listed online. A: We have Japanese and kanji dictionaries here at home, you know. B: That's right. You're so smart! / A: 你在查什么？ B: 查汉字的事。可是网上好像没有写。 A: 我们家有国语（日语）字典，也有汉字字典哦。 B: 对哦！真聪明！ / A: Em đang tra gì vậy? B: Về chữ Kanji. Nhưng có vẻ trên mạng không có viết. A: Nhà mình có từ điển quốc ngữ lẫn từ điển Kanji mà. B: Đúng rồi nhỉ. Thông minh!

🔊 224

A：この人、また髪の色変わったね。
B：うん、どんどん明るい色になってくね。

884 かみ　髪
　名 hair / 头发 / tóc

885 かわる　変わる
　動1自 change / 变了 / thay đổi

886 どんどん
　副 more and more / 越来越 / ngày càng

A: This woman has changed her hair color again, huh? B: Yeah, it keeps getting brighter and brighter. / A: 这个人的发色又变了。 B: 嗯，颜色变得越来越鲜艳。 / A: Cô này lại thay đổi màu tóc rồi nhỉ. B: Ừm, màu ngày càng sáng.

🔊 225

A：お母さん、このアニメ、いつ放送されてたの？
B：さあ…お母さんが生まれた年ぐらいからやってたと思うよ。

887 ほうそう[する]　放送[する]
　　名　動3他　broadcast, to broadcast / 播[播放] / sự phát sóng, phát sóng

888 さあ
　　感　hmm, well / 不知道 / chà…(từ cảm thán)

889 うまれる　生まれる
　　動2自　be born / 出生 / chào đời

890 とし　年
　　名　year / 年 / năm

A: Mom, when was this cartoon broadcast? B: Hmm. I think it was on since around the year I was born. / A: 妈妈，这个动漫什么时候开始播的？ B: 不知道…好像从妈妈出生的那一年开始就有了。 / A: Mẹ ơi, phim hoạt hình này phát sóng khi nào vậy? B: Chà… Mẹ nghĩ là từ khoảng năm mẹ chào đời đấy.

🔊 226

A：ああ、この人、亡くなったみたいだね…。
B：うん、ほんとにびっくりした。一体何があったんだろう。

891 なくなる　亡くなる
　　動1自　die, pass away / 去世 / mất, ra đi

892 びっくりする
　　動3自　be surprised, shocked / 吓一跳 / bất ngờ

893 いったい　一体
　　副　what in the world / 到底 / tóm lại

A: Gee, it looks like this guy has passed away. B: Yeah, I was really shocked. What in the world happened? / A: 啊，这个人好像去世了…。 B: 嗯，真的吓我一跳！到底发生了什么。 / A: Ôi, hình như ông này mất rồi nhỉ… B: Ừm, đúng là bất ngờ. Tóm lại là có chuyện gì nhỉ?

161

Topic 12 ● インターネット

🔊 227

A:<u>天気予報</u>見てみよう。あ、「夕方から猛烈な雨」だって。
B:「もうれつな」って、<u>どういう意味</u>?
A:すごーく強いってこと。<u>だから</u>、今夜は出かけないほうがいいね。

894 **てんきよほう　天気予報**
   名 weather forecast / 天气预报 / dự báo thời tiết

895 **どういういみ　どういう意味**
   句 what does that mean / 什么意思 / nghĩa là gì

896 **だから**
   接続 so, that means / 所以 / vì vậy

A: I'll check out the weather forecast. Oh, it says it will start raining *moretsu* (heavily) in the evening. B: What does *moretsu* mean? A: Very strongly. Which means that we shouldn't go out tonight. / A: 来看看天气预报。啊，说傍晚会下「猛烈大雨」呢。 B:「猛烈」是什么意思？ A: 就是很强烈的意思。所以今晚最好别出门哦。 / A: Để xem dự báo thời tiết nào. Chà, nghe nói là "từ chiều tối mưa moretsu (dữ dội)" đó. B: "Moretsu" có nghĩa là gì? A: Là cực kỳ mạnh đó. Vì vậy, tối nay không nên ra ngoài thì tốt hơn.

Topic 13

職場
しょくば

At Work / 职场 / Nơi làm việc

No. 897-1035

Topic 13 ● 職場(しょくば)

🔊 228

A：コンビニの<u>アルバイト</u>、どうですか。
B：大変(たいへん)ですよ。<u>品物(しなもの)</u>を<u>並(なら)べたり</u>、レジを<u>打(う)ったり</u>。

897 （アル）バイト[する]
 名 動3自 part-time job, work at a part-time job / 打工[打工] / công việc làm thêm, làm thêm

898 しなもの　品物
 名 item, merchandise / 物品 / hàng hóa

899 ならべる　並べる
 動2他 line up / 排 / sắp xếp

900 うつ　打つ
 動1他 operate (a cash register) / 按 / đứng/đánh máy

A: How's your part-time job at the convenience store? B: Tough. I have to do things like stocking the shelves (lit., lining up merchandise) and operating the cash register. / A: 便利店打工怎么样了？ B: 很辛苦。不仅要排物品，还要按收银。 / A: Công việc làm thêm ở cửa hàng tiện lợi thế nào? B: Vất vả đấy. Nào sắp xếp hàng hóa, nào đứng quầy thu ngân.

🔊 229

A：うち、<u>ひげ</u>はだめなんだけど、大丈夫(だいじょうぶ)？
B：あ、はい。<u>そります</u>。
A：ごめんね。<u>規則(きそく)</u>だから。じゃあ来週(らいしゅう)から、よろしく。

901 ひげ
 名 beard / 胡子 / râu

902 そる
 動1他 shave / 刮 / cạo

903 きそく　規則
 名 rule / 規則 / qui tắc

A: We don't allow our staff to have beards. Is that okay with you? B: Yes, it is. I'll shave it off. A: Sorry, it's just a rule. All right, I look forward to having you joining us next week. / A: 我们这里不能留胡子，没关系吗？ B: 啊，是。我会刮掉。 A: 对不起，这是规则。那从下星期开始多多指教哦。 / A: Chỗ chúng tôi không được để râu, cậu có đồng ý không? B: À vâng, tôi sẽ cạo. A: Xin lỗi nhé. Vì là qui tắc. Vậy từ tuần sau nhờ cậu nhé.

🔊 230

A：店長(てんちょう)。テレビのリモコン、どこですか。
B：そこにあるよ。ほら、真ん中(まなか)の棚(たな)の上(うえ)。

904 てんちょう　店長
- 名 manager (of store or restaurant) / 店长 / cửa hàng trưởng

905 リモコン
- 名 remote control / 遥控器 / đồ điều khiển

906 まんなか　真ん中
- 名 middle / 中间 / chính giữa

A: Sir, where's the TV remote? B: It's over there. See, on the middle shelf. / A: 店长。电视遥控器在哪里？ B: 在那里。你看，中间那个架子上。 / A: Cửa hàng trưởng ơi, đồ điều khiển tivi ở đâu ạ? B: Ở đó đó. Kìa, trên cái bàn chính giữa.

🔊 231

A：バイトの人(ひと)たちは、どう？
B：先輩(せんぱい)は厳(きび)しいですけど、みんないい関係(かんけい)ですよ。
A：仕事(しごと)、楽(たの)しい？
B：はい。つまらないと思(おも)ったことはないです。

907 きびしい　厳しい
- イ strict / 严格 / nghiêm khắc

908 かんけい　関係
- 名 relationship / 关系 / mối quan hệ

909 つまらない
- イ boring / 无聊 / nhàm chán

A: How are the people at work? B: The senior staff is strict, but everyone gets along. A: Do you enjoy your job? B: Yeah. I've never felt bored. / A: 打工的人都怎么样？ B: 虽然前辈很严格，但大家的关系都很好。 A: 工作快乐吗？ B: 嗯，我没觉得无聊过。 / A: Mấy người chỗ làm thêm thế nào? B: Đàn anh nghiêm khắc nhưng mọi người đều có mối quan hệ thân thiết. A: Công việc vui không? B: Vâng, chưa thấy nhàm chán bao giờ.

Topic 13 ● 職場　しょくば

Topic 13 ● 職場(しょくば)

🔊 232

A：あの、ちょっといいですか。コピー機(き)が故障(こしょう)しているみたいなんですけど。

B：えっ。

A：裏(うら)に、変(へん)な線(せん)が写(うつ)るんです。

910 ちょっと
- 副 a little, a second / 一下 / một chút

911 コピーき　コピー機
- 名 copier / 复印机 / máy photo

912 こしょう[する]　故障[する]
- 名 動3自 malfunction, break down / 故障[故障] / hỏng hóc, bị hư

913 うら　裏
- 名 back (side) / 背面 / mặt sau

914 へんな　変な
- ナ strange / 奇怪的 / kỳ

915 うつる　写る
- 動1自 appear / 印出 / hiện lên

A: Um, can I have a second? The copier seems to be malfunctioning. B: Yeah? A: A strange line appears on the back (of the copy paper). / A: 那个，请问一下。复印机好像坏了。 B: 诶！？ A: 背面会印出奇怪的线。 / A: Xin lỗi, tôi nhờ chút được không? Hình như cái máy photo bị hư hay sao ấy. B: Ơ? A: Mặt sau hiện lên mấy đường kỳ kỳ.

🔊 233

A：どうしよう。店(みせ)のいす、壊(こわ)しちゃった。

B：ええっ。

A：店長(てんちょう)に謝(あやま)らないと。ああ、叱(しか)られる。

916 こわす　壊す
- 動1他 break / 弄坏 / làm hỏng

917 あやまる　謝る
- 動1他 apologize / 道歉 / xin lỗi

918 しかる　叱る
動1他 scold, chew out / 被骂 / bị mắng

A: Oh, no. I broke one of our chairs. B: What? A: I'd better apologize to the manager. Gee, I'm going to get chewed out. / A: 怎么办。我把店里的椅子弄坏了。 B: 诶！？ A: 要跟店长道歉才行。哎…要被骂了。 / A: Làm sao bây giờ? Tôi làm hỏng cái ghế của cửa hàng rồi. B: Ơ? A: Phải xin lỗi cửa hàng trưởng, không thì.. Ôii, sẽ bị mắng mất.

🔊 234

A：じゃ、本田さん、自己紹介を。
B：はい。みなさん、はじめまして。本田里花と申します。先月まで、福岡の事務所におりました。趣味はサイクリングです。どうぞよろしくお願いいたします。

919 もうす　申す
動1自 be called [humble form of 言う] / 叫（「言う」的谦让语）/ gọi là (từ khiêm nhường của "言う")

920 ふくおか　福岡
名 Fukuoka (name of city and prefecture) / 福冈 / Fukuoka

921 じむしょ　事務所
名 office / 办公室 / văn phòng

922 おる
動1自 be [humble form of いる] / 在（「いる」的谦让语）/ ở, có (từ khiêm nhường của "いる")

923 サイクリング
名 cycling / 骑自行车 / đạp xe

A: All right, Honda-san, tell us about yourself. B: Okay. Hello, everyone. I'm Rika Honda and I worked at the Fukuoka office until last month. My hobby is cycling. Please lend me your assistance. / A: 那本田小姐，请做自我介绍。 B: 是，大家好，初次见面。我叫本田里花。到上个月为止，我是在福冈办公室工作的。爱好是骑自行车。请大家多多指教。 / A: Bây giờ mời chị Honda tự giới thiệu. B: Vâng, chào mọi người. Tôi tên gọi là Honda Rika. Cho đến tháng trước, tôi ở văn phòng ở Fukuoka. Sở thích của tôi là đạp xe. Rất mong mọi người giúp đỡ.

Topic 13 ● 職場

🔊 235

A：Bさん。この前も注意したけど、ごみを見つけたら、なるべくすぐ拾ってね。
B：あ、はい。すみません。

---

924 ちゅうい[する]　注意[する]
　　[名][動3他] caution, warn / 告诫[告诫] / sự nhắc nhở, nhắc nhở

925 なるべく
　　[副] as much as possible / 尽量 / cố gắng trong khả năng

926 ひろう　拾う
　　[動1他] pick up / 捡起来 / nhặt

A: B-san, I've warned you before, but if see any trash on the floor, you need to pick it up as soon as possible. B: Okay. I'm sorry. / A: B小姐，上次我也告诫过你了，看到垃圾要尽量马上捡起来呀。 B: 啊，是。对不起。 / A: B này, lần trước tôi đã nhắc nhở rồi, thấy rác thì cố gắng nhặt lên ngay nhé. B: À, dạ, em xin lỗi.

🔊 236

A：あの、「ひなんくんれん」って何ですか。
B：地震や火事が起きたときどうするか、練習するんです。ベルが鳴ったら外に出るとか。
A：ああ。

---

927 じしん　地震
　　[名] earthquake / 地震 / động đất

928 かじ　火事
　　[名] fire / 火灾 / hỏa hoạn

929 ベル
　　[名] (alarm) bell / 警铃 / chuông

A: Um, what's a *hinan kunren*? B: It's practice for what to do when there's an earthquake, fire, or some other emergency. We practice things like going outside when the alarm bell rings. A: I see. / A: 请问，「hinan kunren」是什么？ B: 就是要进行预习，万一发生地震火灾时要怎么办。像警铃响了就要出去外面等等。A: 哦。 / A: Xin lỗi, "hinan kunren" là gì vậy ạ? B: Là luyện tập để biết làm thế nào khi xảy ra động đất hay hỏa hoạn. Chẳng hạn như chuông reng thì chạy ra ngoài. A: Àa.

🔊 237

4月1日の入社式では、社長からみなさんへあいさつがあります。式の後、ホテルの会場でパーティーを行います。

930 にゅうしゃしき　入社式
名 welcoming ceremony (for new employees) / 就职仪式 / lễ gia nhập công ty

931 しゃちょう　社長
名 company president / 董事长 / giám đốc

932 しき　式
名 ceremony / 仪式 / buổi lễ

933 おこなう　行う
動1他 hold / 举行 / tổ chức

Our president will greet all of you at the welcoming ceremony on April 1. After the ceremony, we will hold a party at the hotel venue. / 董事长会在4月1日的就职仪式当中致辞。仪式后，会在酒店会场举行派对。 / A: Vào lễ gia nhập công ty ngày 1 tháng 4, sẽ có lời chào của giám đốc dành cho mọi người. Sẽ tổ chức bữa tiệc ở hội trường khách sạn sau buổi lễ.

🔊 238

A：上田さん、どう？
B：真面目だし、熱心に働いてますよ。しっかりやってくれてます。

934 まじめな　真面目な
ナ diligent / 认真的 / nghiêm túc

935 ねっしんな　熱心な
ナ enthusiastic / 热心的 / nhiệt tình

936 しっかり
副 thorough / 很好 (好好地) / đàng hoàng

A: What do you think of Ueda-san? B: She's diligent and enthusiastic about her job. She's does everything thoroughly. / A: 上田小姐怎么样？ B: 很认真，对工作也很热心。我觉得她做的很好。 / A: Cậu thấy cô Ueda thế nào? B: Vừa nghiêm túc, lại làm việc nhiệt tình. Cô ấy làm đàng hoàng lắm.

Topic 13 ● 職場

🔊 239

大事なのは、やはりあいさつです。みなさんには、正しいあいさつの仕方から勉強してもらいます。気持ちが伝わるように、大きな声で練習しましょう。

937 やはり
副 undoubtedly [formal version of やっぱり] / 「やっぱり」的强硬说法 / vẫn là, quả là, đúng là (cách nói nghiêm túc của "やっぱり")

938 ただしい　正しい
イ proper / 正确 / đúng, chính xác

939 しかた　仕方
名 way of doing / 方法 / cách

940 きもち　気持ち
名 feelings / 心意 / cảm xúc

941 つたわる　伝わる
動1自 be communicated / 传递 / truyền đạt

942 おおきな　大きな
連 loud / 大 / lớn, to

The important thing is undoubtedly greetings. We will have you all study the proper way to greet people. Practice with a loud voice so that your feelings are communicated. / 果然重要的还是打招呼。请各位从正确的打招呼方式开始学习。要大声练习，把心意传递给对方。/ Điều quan trọng vẫn là chào hỏi. Các bạn sẽ được học từ cách chào hỏi đúng. Hãy luyện tập bằng giọng nói lớn để có thể truyền đạt cảm xúc.

🔊 240

A：Bさん、すみませんが、あした休みます。ちょっと急な用事で。
B：あ、はい。
A：先週頼まれた仕事は、計画の通り、進んでいますので。
B：はい、わかりました。

943 よう（じ）　用（事）
名 errand, task / 有事 / (công) việc, việc bận

944 たのむ　頼む
　動1他 ask (to do something) / 拜托，委托 / nhờ, yêu cầu

945 ～のとおり　～の通り
　句 as ~ / 按照～ / đúng như ~

946 すすむ　進む
　動1自 progress / 进行 / tiến triển

A: B-san, I'm sorry, but I'm taking the day off tomorrow. An urgent errand has come up. B: Oh, okay. A: The job you asked me to do last week is progressing as planned, so there should be no problem. B: Got it. / A: B小姐，不好意思。我明天突然有事，要休假。 B: 啊，好的。 A: 上个星期你拜托我的工作，正按照计划进行中。 B: 好的，我知道了。 / A: Chị B này, xin lỗi nhưng ngày mai tôi vì có chút việc gấp. B: À, vâng. A: Việc chị nhờ tuần trước tiến triển đúng như kế hoạch. B: Vâng, tôi hiểu rồi.

🔊 **241**

A：ボーナスが出たら、何買おうかな。
B：俺、新しいスーツ、欲しいな。

947 ボーナス
　名 bonus / 奖金 / tiền thưởng

948 でる　出る
　動2自 come out / 发 / có

949 おれ　俺
　名 I, me [used by men; somewhat coarse-sounding] / 我（男性的第一人称，比较粗鲁的说法）/ tôi, tớ, tao (cách xưng thân mật của đàn ông)

950 スーツ
　名 suit / 西装 / bộ vét

A: I wonder what should I buy with my bonus when it comes out. B: I want to get a new suit. / A: 发奖金后买什么好呢…。 B: 我想要新西装。 / A: Có tiền thưởng thì mua gì đây ta? B: Tớ muốn có bộ vét mới quá.

Topic 13 ● 職場

🔊 242

A：ああ、昼休みだ！Bさん、外で食べますか。
B：いえ、おにぎり持ってきたので。
A：じゃ、私は牛丼でも食べてきます。

951 ひるやすみ　昼休み
名 lunch break / 午休 / giờ nghỉ trưa

952 おにぎり
名 rice ball / 饭团 / cơm nắm

953 ぎゅうどん　牛丼
名 gyudon (bowl of rice topped with beef) / 牛肉盖饭 / cơm bò xào

A: All right, it's lunch break. B-san, are you going to eat out? B: No, I brought some rice balls. A: Well, then, I'm going to go out for gyudon or something. / A: 啊～午休了！B小姐，要去外面吃吗？ B: 没有，我带了饭团。 A: 那我就去吃个牛肉盖饭吧。 / A: Aa, đến giờ nghỉ trưa rồi! B có ăn ở ngoài không? B: Không, tôi có đem cơm nắm theo. A: Vậy tôi đi ăn cơm bò xào đây.

🔊 243

A：すみません。ちょっと伺いたいんですが。
B：はい。
A：はんこを押すのは、ここと、ここですか。
B：あ、表のこちらだけ、お願いします。

954 うかがう　伺う
動1他 ask [humble form of 聞く] / 请问 (「聞く」的谦让语) / hỏi thăm (từ khiêm nhường của "聞く")

955 おす　押す
動1他 stamp / 盖 / đóng, bấm, ấn

956 おもて　表
名 front (side) / 正面 / mặt trước

A: Excuse me, but I'd like to ask something. B: Sure. A: Do I need to stamp here and here with the seal? B: Just here on the front. / A: 不好意思，我想请问一下。 B: 是。 A: 盖章是要盖这里跟这里吗？ B: 啊，只要盖正面的这里就可以了。 / A: Xin lỗi, tôi muốn hỏi thăm một chút. B: Vâng. A: Đóng dấu ở đây và ở đây ạ? B: À, chỉ mặt trước này thôi, cảm ơn.

🔊 244

A：あの、森さん、いらっしゃいますか。
B：森さんは…、今いないようですが。何か伝えましょうか。
A：いえ。また後で参ります。

957 いらっしゃる
動1自 be [honorific form of いる] / 在 (「いる」的尊敬语) / có, ở (từ kính ngữ của "いる")

958 つたえる　伝える
動2他 tell, give a message / 转达 / nhắn lại, truyền đạt

959 まいる　参る
動1自 come [humble form of 来る] / 来 (「来る」的谦让语) / đến (từ khiêm nhường của "来る")

A: Um, is Mori-san here? B: Mori-san? It doesn't look like she's here now. Do you want me to give her a message? A: No, I'll come again later. / A: 请问森女士在吗？ B: 森女士…现在好像不在，有什么需要转达吗？ A: 不用，我等下再来。 / A: Xin lỗi, có chị Mori ở đây không ạ? B: Chị Mori… hình như bây giờ không có. Anh có nhắn lại gì không? A: À không, tôi sẽ lại đến sau vậy.

🔊 245

A：うちの会社で、新しい工場つくるらしいね。
B：ええ。50億円のプロジェクトになるそうですよ。

960 こうじょう　工場
名 factory / 工厂 / nhà máy

961 おく　億
名 100 million / 亿 / trăm triệu

962 プロジェクト
名 project / 项目 / dự án

A: The word is our company's going to build a new factory, huh? B: Yeah, they say it's going to be a 5-billion-yen project. / A: 听说我们公司要建新工厂呢。 B: 对呀。听说会是个50亿日元的项目。 / A: Nghe đâu công ty mình mở nhà máy mới nhỉ. B: Ờ, nghe nói lên đến dự án 5 tỉ yên đấy.

Topic 13 ● 職場

🔊 246

今日は、私たちの仕事についてご説明します。みなさんの中で、世界でビジネスをしたい方や、コンピュータの研究者になりたい方はいらっしゃいますか。

963 せつめい[する]　説明[する]
　名　動3他　explanation, explain / 说明[说明] / sự giải thích, giải thích

964 せかい　世界
　名　world / 世界 / thế giới

965 ビジネス
　名　business / 生意, 商务 / kinh doanh

966 コンピュータ
　名　computer / 计算机 / máy tính

967 けんきゅうしゃ　研究者
　名　researcher, scientist / 研究员 / nhà nghiên cứu

Today I'm going to explain the work we do. Are there any of you who want to do business in the global market or want to become a computer scientist? / 今天我来说明关于我们的工作。各位当中，有没有想要对世界做生意，又或者想要成为计算机研究员的人呢？ / Hôm nay, xin phép giải thích về công việc của chúng tôi. Trong các bạn, có ai muốn kinh doanh trên thế giới, hay có ai muốn trở thành nhà nghiên cứu máy tính không?

🔊 247

A：来週、ミーティング開くよね。誰が出席するの？
B：部長と、鈴木さんと、山本さんです。
A：そうか。会議室はもう予約した？

968 ミーティング[する]
　名　動3自　meeting, meet / 会议[开会] / cuộc họp, họp

969 ひらく　開く
　動1他　hold (a meeting) / 开 / mở

970 しゅっせき[する]　出席[する]
　名　動3自　attendance, attend / 出席[参加] / sự tham dự, tham dự

971 ぶちょう　部長
名 department manager / 部长 / trưởng phòng

972 かいぎしつ　会議室
名 meeting room / 会议室 / phòng họp

A: We're holding a meeting next week, right? Who's going to attend? B: The department manager, Suzuki-san, and Yamamoto-san. A: I see. Have you reserved a meeting room? / A: 下周，要开会对吧？谁会出席呀？ B: 部长和铃木小姐，山本先生。 A: 是哦，会议室预定好了吗？ / A: Tuần tới mở cuộc họp nhỉ. Có ai tham dự vậy? B: Chị trưởng phòng, chị Suzuki và anh Yamamoto nữa. A: Vậy à? Đã đặt trước phòng họp chưa?

🔊 248

A：資料、直すところありますか。
B：この写真、大きくしたほうがいいな。縦と横、5ミリくらい。細かいけど。

973 なおす　直す
動1他 correct, fix / 修改 / sửa

974 たて　縦
名 vertical / 纵, 垂直, 长 / dọc

975 よこ　横
名 horizontal / 横, 水平, 宽 / ngang

976 ～ミリ（メートル）
接尾 ~ millimeter / ~ 毫米 / ~ mm

977 こまかい　細かい
イ picky, fussy / 细小 / chi li, chi tiết

A: Is there anything on the handout that needs to be fixed? B: It'd be good to enlarge this photo by about 5 millimeters vertically and horizontally. Sorry to be picky. / A: 资料有需要修改的地方吗？ B: 这张照片再放大一点比较好吧。纵横各放大5毫米左右，虽然是很细小的地方。 / A: Tài liệu có chỗ nào cần sửa không ạ? B: Hình này nên phóng lớn lên nhỉ. Dọc, ngang khoảng 5mm. Hơi chi li nhưng mà…

Topic 13 ● 職場　しょくば

Topic 13 ● 職場

🔊 249

A：<u>会議</u>の資料、これでどうでしょうか。<u>簡単な</u>ものですが。
B：うん、<u>十分だ</u>よ。

---

978 かいぎ[する]　会議[する]
　名 動3自 meeting, meet / 会议[开会] / cuộc họp, họp

979 かんたんな　簡単な
　ナ simple / 简单的 / đơn giản

980 じゅうぶんな　十分な
　ナ sufficient / 足够的 / đủ, được

A: How's this handout for the meeting? It's a bit simple. B: It'll do. / A: 会议资料这样可以吗？虽然很简单。B: 嗯，足够了。 / A: Tài liệu cho cuộc họp, như vậy anh thấy sao ạ? Đơn giản thôi nhưng mà … B: Ừm, được rồi đấy.

🔊 250

A：先輩、来週の<u>プレゼン</u>の練習、明日見ていただけませんか。
B：いいよ。午後はオフィスにいるから。
A：じゃあ、1時に<u>伺います</u>。ありがとうございます。
B：いいえ。<u>役に立てる</u>ならうれしいよ。

---

981 プレゼン(テーション)[する]
　名 動3他 presentation, give a presentation / 演示[做演示] / bài thuyết trình, thuyết trình

982 うかがう　伺う
　動1自 come [humble form of 来る, 行く] / 去（「来る、行く」的谦让语）/ đến (từ khiêm nhường của "来る、行く")

983 やくにたつ　役に立つ
　動1自 be of service / 帮的上忙 / có ích

A: Tomorrow could you watch me rehearse the presentation I'm giving next week? B: Sure. I'll be in the office in the afternoon. A: All right, I'll come by at around 1. Thanks. B: No problem. I'm glad to be of service. / A: 前辈，我明天要练习下周的演示。你能帮我看看吗？B: 好呀，下午我会在办公室。 A: 那我1点去，谢谢。 B: 不会，能帮的上忙我很开心。 / A: Chị ơi, ngày mai chị xem giùm em phần luyện tập cho bài thuyết trình tuần tới được không ạ? B: Được chứ. Buổi chiều chị ở văn phòng mà. A: Vậy 1 giờ em đến nhé. Cảm ơn chị. B: Không có gì. Có ích cho em là chị vui rồi.

🔊 251

A：プレゼンは<u>以上です</u>。ありがとうございました。…どうでしたか。

B：うん、いいよ！ 会社の<u>紹介</u>のところは、ちょっと言葉が<u>硬い</u>かな。

A：はい。

B：それから、5枚目の<u>スライド</u>の「コストが安い<u>理由</u>」は<u>はっきり</u>言ったほうがいいと思う。

984 いじょうです　以上です
- 句 This concludes / 到此为止 / Đến đây là hết, Kết thúc

985 しょうかい[する]　紹介[する]
- 名 動3他 introduction, introduce / 介绍[介绍] / phần giới thiệu, giới thiệu

986 かたい　硬い
- イ stiff, formal / 僵硬 / cứng nhắc

987 スライド
- 名 slide / 幻灯片 / trang trình chiếu

988 りゆう　理由
- 名 reason / 理由 / lý do

989 はっきり
- 副 clearly / 明确 (的) / sự rõ ràng

A: This concludes my presentation. Thank you . . . So, what do you think? B: It's great. Maybe the language was a little stiff in the part introducing our company, though. A: I see. B: And, I think you should clearly state the reasons why our costs are lower in the fifth slide. / A: 我演示的内容到此为止。谢谢各位。…怎么样？ B: 嗯，很不错！不过介绍公司那部分，说的有点僵硬。 A: 是。 B: 还有，我觉得第5张幻灯片的「成本廉价理由」，要说的明确一点比较好。 / A: Phần trình bày của tôi đến đây là hết. Xin cảm ơn. … Chị thấy sao ạ? B: Ừm, tốt đấy. Phần giới thiệu về công ty, từ ngữ hơi cứng nhắc một chút. A: Vâng. B: Với lại, chị nghĩ "Lý do chi phí rẻ" ở trang trình chiếu thứ 5 thì nên trình bày rõ hơn thì tốt.

Topic 13 ● 職場　しょくば

Topic 13 ● 職場

🔊 252

<u>スクリーン</u>をご覧ください。<u>牛肉</u>の<u>輸出</u>が大きく<u>増えて</u>います。
前の年の２<u>倍</u>です。

990 スクリーン
　　　[名] screen / 屏幕 / màn hình

991 ぎゅうにく　牛肉
　　　[名] beef / 牛肉 / thịt bò

992 ゆしゅつ[する]　輸出[する]
　　　[名][動3他] exportation, export / 出口[出口] / sự xuất khẩu, xuất khẩu

993 🔄 ゆにゅう[する]　輸入[する]
　　　[名][動3他] importation, import / 进口[进口] / sự nhập khẩu, nhập khẩu

994 ふえる　増える
　　　[動2自] increase / 增加 / tăng lên

995 ～ばい　～倍
　　　[接尾] ~ times, ~-fold / ～倍 / ~ lần

Please look at the screen. Beef exports have increased greatly. They're double the previous year's total. / 请看屏幕。牛肉的出口量在大幅增加。是去年的2倍。 / Vui lòng theo dõi màn hình. Xuất khẩu thịt bò đang tăng mạnh. Gấp 2 lần so với năm trước.

🔊 253

今は、人が<u>うそをついて</u>いるかどうかも<u>機械</u>でわかります。
<u>科学</u>の力には<u>驚かされます</u>ね。

996 うそをつく
　　　[動1自] lie / 撒谎 / nói dối

997 きかい　機械
　　　[名] machine / 机器 / máy móc

998 かがく　科学
　　　[名] science / 科学 / khoa học

999 おどろく　驚く
　　　[動1自] be amazed / 震惊 / kinh ngạc

Today, we can use machines to detect whether a person is lying. The power of science is amazing. / 现在机器都能够测出人类有没有在撒谎。科学的力量真让我震惊。 / Ngày nay, có thể biết được người ta có đang nói dối hay không bằng máy móc. Sức mạnh của khoa học thật đáng kinh ngạc nhỉ.

◆) 254

A：社長、「ＳＴＡＲＳ」のＣＭ、ご覧になりました？
B：うん。見たことがないタイプのアイドルだね。
A：はい。彼ら、今人気が上がってるんです。
B：プロジェクト、うまくいきそうだね。

1000 ごらんになる　ご覧になる
動1他 see [honorific form of 見る] / 看了（「見る」的尊敬语）/ xem (từ kính ngữ của "見る")

1001 タイプ
名 type / 类型 / kiểu

1002 アイドル
名 idol, pop star / 偶像, 爱豆 / thần tượng

1003 かれら　彼ら
名 they / 他们 / họ, các anh ấy

1004 あがる　上がる
動1自 rise / 高涨 / tăng cao

1005 うまくいく
動1自 go well / 顺利 / thành công, suôn sẻ

A: Sir, did see the Stars commercial? B: Yeah. They're idols unlike any type seen before, don't you think? A: Yeah. They're rising in popularity now. B: It looks like the project will go well. / A: 董事长，您看了「STARS」的新广告吗？ B: 嗯，从没见过这类型的偶像。 A: 是的。他们现在人气高涨呢。 B: 看来项目应该会很顺利。 / A: Giám đốc đã xem quảng cáo của "STARS" chưa ạ? B: Ừm, kiểu thần tượng chưa từng thấy nhỉ. A: Vâng, độ yêu thích của họ bây giờ đang tăng cao đấy ạ. B: Dự án có vẻ thành công nhỉ.

Topic 13 ● 職場　しょくば

Topic 13 ● 職場

🔊 255

A：じゃあ、ご意見がある方、どうぞ。

B：うーん。Cさんがプレゼンでおっしゃったように、作るのに二月かかりそうですね。まずいなあ。一月でやれないかな。

C：何かいい方法、ありますかね…。

1006 いけん[する] 意見[する]
名 動3他 opinion, state one's opinion / 意见[提议] / ý kiến, đưa ra ý kiến

1007 おっしゃる
動1他 say [honorific form of 言う] / 说（「言う」的尊敬语）/ nói (từ kính ngữ của "言う")

1008 ～つき ～月
接尾 ~ months / ～个月 / ~ tháng

1009 まずい
イ bad, be in a fix / 糟糕 / dở, gay go

1010 ほうほう 方法
名 method, solution / 办法 / cách, phương pháp

A: All right, if anyone has an opinion they'd like to share, please feel free to do so. B: Hmm. As C-san said in his presentation, it's going to take two months to complete it, right? That puts us in a fix. Could there be a way to do it in month?. C: I wonder if there's some good solution. / A: 那，有意见的人请提议？ B: 嗯～。就如C先生演示时说的，制作就要花2个月。这样就糟糕了，能不能1个月做好呢？ C: 有没有什么好办法呢…？ / A: Bây giờ mời các bạn có ý kiến. B: Ừm, như C đã nói ở phần thuyết trình, mất 2 tháng để làm đúng không? Vậy thì dở nhỉ. Không làm được trong 1 tháng sao? C: Có cách nào hay không nhỉ …

🔊 256

A：申し訳ありません。遅くなりました。前の会議が長くなりまして。

B：あ、お疲れさまです。じゃ、始めましょうか。今日は先週作ったプランをチェックしていきます。

1011 おそくなる 遅くなる
動1自 be late / 迟到了 / muộn, trễ

1012 おつかれさま(です)　お疲れさま(です)
　句 You must be tired / 辛苦了 / Anh, Chị vất vả rồi.

1013 プラン
　名 plan / 方案 / kế hoạch

1014 チェック[する]
　名 動3他 checking, check / 确认[确认] / sự kiểm tra, kiểm tra

A: I'm sorry to be late. My meeting before this ran over time. B: You must be tired. Well, shall we get started? Today, we're going to check the plan we made last week. / A: 非常抱歉。我迟到了。前一个会开太久了。 B: 啊，辛苦了。那我们开始吧。今天要确认上周做的方案。 / A: Xin lỗi, tôi đến muộn. Cuộc họp trước kéo dài quá. B: Chị vất vả rồi. Vậy chúng ta bắt đầu thôi nhỉ. Hôm nay sẽ kiểm tra kế hoạch đã soạn tuần trước.

🔊 257

A：週末、うちの部長のお宅に招待されてね。
B：へえ。
A：奥さまのお料理たくさん頂いたんだけど、どれもすごくおいしかったんだよ。

1015 おたく　お宅
　名 (someone's/your) home / (他/你) 家 / nhà (kính ngữ)

1016 しょうたい[する]　招待[する]
　名 動3他 invitation, invite / 招待[邀请] / sự mời, mời

1017 おくさま　奥さま
　名 (someone's/your) wife / 夫人 / phu nhân

1018 いただく　頂く
　動1他 eat [humble form of 食べる] / 吃 (「食べる」的谦让语) / dùng bữa (từ khiêm nhường của "食べる")

A: I was invited to our department manager's home on the weekend. B: Really? A: His wife cooked a bunch of dishes, and they were all very delicious. / A: 周末，我们部长邀请我去他家。 B: 是哦。 A: 吃了好多夫人的料理，每一样都很好吃。 / A: Cuối tuần tôi được mời đến nhà của trưởng phòng bên tôi. B: Ố! A: Được dùng nhiều món ăn của phu nhân nấu, món nào cũng ngon cực ấy.

Topic 13 ● 職場(しょくば)

🔊 258

A: 課長(かちょう)、来週(らいしゅう)の予定(よてい)なんですが、ミーティングは木曜(もくよう)の２時(に じ)でよろしいでしょうか。

B: ええ、大丈夫(だいじょうぶ)です。

1019 かちょう　課長
- 名 section manager / 课长 / trưởng ban

1020 よてい　予定
- 名 schedule / 行程 / kế hoạch, dự định

1021 よろしいでしょうか
- 句 Is that okay? / 可以吗? / Có được không ạ?

A: Just a word about next week's schedule. Will it be okay to hold the meeting at 2 on Thursday? B: Yes, that's fine. / A: 课长，关于下周的行程，会议是周四的2点，可以吗？ B: 嗯，没问题。 / A: Trưởng ban, kế hoạch của tuần tới ấy ạ, mình họp vào 2 giờ ngày thứ Năm có được không ạ? B: Ờ, được.

🔊 259

A: どうしたの。

B: また部長(ぶちょう)が…。「原因(げんいん)を調(しら)べるのは、君(きみ)の仕事(しごと)だろ！」って。

A: ああ。

B: ほんと、気分(きぶん)悪(わる)い。

1022 げんいん　原因
- 名 cause / 原因 / nguyên nhân

1023 きみ　君
- 名 you [used to address one's juniors, subordinates, etc.] / 你 (称呼同辈以下的人) / cậu, bạn (cách gọi đối với người ngang hàng)

1024 きぶん　気分
- 名 feeling / 心情 / cảm giác

A: What's the matter? B: The department manager yelled at me again. He said, "It's your job to find out the cause!" A: Gee. B: I really feel terrible. / A: 怎么了？ B: 部长又来了…。说什么「调查原因是你的工作啊！」。 A: 啊～。 B: 真的是，害我心情不好。 / A: Sao vậy? B: Trưởng phòng lại ..Ông ấy nói "tìm hiểu nguyên nhân là việc của cậu mà!" A: Chà… B: Cảm giác khó chịu thật sự.

182

🔊 260

A：課長が、Bさんのこと褒めてたよ。
B：え、どうしてですか。
A：メールの返事が速いし、丁寧だって。

1025 ほめる　褒める
　　動2他　praise / 称赞 / khen

1026 へんじ[する]　返事[する]
　　名　動3自　response, reply / 回复[回复] / câu trả lời, trả lời

1027 ていねいな　丁寧な
　　ナ　attentive, thorough / 有礼貌 / cẩn thận, lịch sự

A: The section manager praised you. B: Oh, why's that? A: He said you promptly and attentively reply to his emails. / A: 课长称赞你了哦！ B: 诶? 为什么? A: 说你邮件回复的又快，又有礼貌。 / A: Trưởng ban khen B đấy. B: Ơ, sao ạ? A: Nói là trả lời e-mail nhanh, lại cẩn thận.

🔊 261

A：みなさん、今までありがとうございました。心からお礼を申し上げます。
B：鈴木さん、これ、みんなから。お食事券です。
A：わあ、ありがとうございます。

1028 こころ　心
　　名　heart / 内心 / trái tim

1029 おれい[する]　お礼[する]
　　名　動3他　appreciation, thank / 感谢[道谢] / lời cảm ơn, đáp lễ

1030 ～けん　～券
　　接尾　~ voucher, ~ ticket / ～券 / phiếu ~

A: Everyone, thank you for everything. I appreciate it from the bottom of my heart. B: Suzuki-san, this is from everyone. It's a set of meal vouchers. A: Wow, thanks. / A: 各位，一直以来谢谢大家。我发自内心，由衷的感谢大家。 B: 铃木先生，这个。大家一起送的。是餐券。 A: 哇~！谢谢。 / A: Cảm ơn mọi người đã giúp đỡ từ trước đến nay. Tôi xin được nói lời cảm ơn từ trái tim mình. B: Anh Suzuki, đây là phiếu dùng bữa của mọi người tặng. A: Ôi, cảm ơn mọi người.

Topic 13 ● 職場　しょくば

183

Topic 13 ● 職場(しょくば)

🔊 262

A：Bさん、あさっての食事会(しょくじかい)の後(あと)、みんなで<u>カラオケ</u>行(い)きませんか。もし、<u>都合(つごう)がよかったら</u>。

B：あ、その日(ひ)は夫(おっと)の母(はは)が来(く)るので、食事会(しょくじかい)が終(お)わったら帰(かえ)ります。

1031 カラオケ
- 名 karaoke / 卡拉OK / karaoke

1032 つごうがいい　都合がいい
- イ convenient, schedule allows / 方便 / thuận tiện, tiện giờ

1033 ➕ つごうがわるい　都合が悪い
- イ inconvenient, schedule doesn't allow / 不方便 / không thuận tiện

1034 おっと　夫
- 名 husband / 丈夫 / chồng tôi

1035 ➕ つま　妻
- 名 wife / 妻子 / vợ

A: B-san, would you like to go sing karaoke with everyone after the dinner party the day after tomorrow? If your schedule allows, please join us. B: Oh, my husband's mother is coming over on that day, so I'm going home after the party. / A: B小姐，后天聚餐会之后，如果你方便的话，要不要大家一起去卡拉OK？ B: 啊，那一天我丈夫的母亲要来，所以聚餐会结束我就要回家。 / A: Chị B, sau buổi đi ăn ngày mốt, cả nhóm mình đi karaoke không? Nếu chị thuận tiện. B: À, ngày đó mẹ chồng tôi sẽ đến nên dùng bữa xong tôi về luôn.

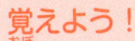
覚えよう！ Memorize These Words / 要记住 / Hãy ghi nhớ

スポーツ・運動
Sports & Exercise / 竞技・运动 / Thể thao - Vận động

ボウリング	bowling / 保龄球 / bowling
スケート	skating / 溜冰 / trượt băng
スポーツクライミング	sports climbing / 攀岩 / leo núi thể thao
卓球(たっきゅう)	table tennis / 乒乓球 / bóng bàn
マラソン	marathon / 马拉松 / chạy marathon
eスポーツ	esports / 电子竞技 / thể thao điện tử
スイミング	swimming / 游泳 / bơi lội
陸上(りくじょう)	track and field / 田径 / điền kinh
ボクシング	boxing / 拳击 / đấm bốc
剣道(けんどう)	kendo / 剑道 / kiếm đạo
ホッケー	hockey / 曲棍球 / khúc côn cầu
アメフト	(American) football / 美式橄榄球 / bóng đá Mỹ
登山(とざん)	mountain climbing / 登山 / leo núi
蹴る(け)	kick / 踢 / đá
ジャンプ[する]	jumping, jump / 跳跃[跳跃] / sự nhảy, nhảy
チームメート	teammate / 队友 / đồng đội

体 (からだ)

The Body / 身体 / Cơ thể

おでこ	forehead / 额头 / trán
あご	chin / 下巴 / cằm
舌 (した)	tongue / 舌头 / lưỡi
首 (くび)	neck / 脖子 / cổ
肩 (かた)	shoulder / 肩膀 / vai
胸 (むね)	chest / 胸 / ngực
背中 (せなか)	back / 背 / lưng
おなか	stomach / 腹部 / bụng
腕 (うで)	arm / 手臂 / cánh tay
ひじ	elbow / 手肘 / khuỷu tay, cùi chỏ
手首 (てくび)	wrist / 手腕 / cổ tay
指 (ゆび)	finger / 指头 / ngón tay
爪 (つめ)	fingernail, toenail / 指甲 / móng (tay, chân)
お尻 (しり)	buttocks / 臀部 / mông
もも	thigh / 大腿 / đùi
ひざ	knee / 膝盖 / đầu gối
足首 (あしくび)	ankle / 脚踝 / cổ chân

芸術
げいじゅつ

Art / 艺术 / Nghệ thuật

美術館 びじゅつかん	art museum / 美术馆 / bảo tàng mỹ thuật
博物館 はくぶつかん	museum / 博物馆 / bảo tàng
画家 がか	painter / 画家 / họa sĩ
アーティスト	artist / 艺术家 / nghệ sĩ, nhà mỹ thuật
文学 ぶんがく	literature / 文学 / văn học
デザイン	design / 设计 / thiết kế
コンサート	concert / 演唱会 / buổi hòa nhạc
チケット	ticket / 门票 / vé
ステージ	stage / 舞台 / sân khấu
楽器 がっき	musical instrument / 乐器 / nhạc cụ
クラシック	classical music / 古典音乐 / cổ điển
オーケストラ	orchestra / 交响乐团 / dàn nhạc
オペラ	opera / 歌剧 / nhạc opera
バレエ	ballet / 芭蕾 / múa ba-lê
ミュージカル	musical / 歌舞剧 / nhạc kịch
歌舞伎 かぶき	kabuki / 歌舞伎 / kabuki (ca vũ kĩ)
書道 しょどう	Japanese calligraphy / 书法 / thư đạo

天気・自然
てんき・しぜん

Weather & Nature / 天气・自然 / Thời tiết - Thiên nhiên

太陽 (たいよう)	sun / 太阳 / mặt trời
晴れ (は)	clear, sunny / 晴天 / nắng ráo
曇り (くも)	cloudy / 阴天 / âm u
大雨 (おおあめ)	heavy rain / 大雨 / mưa lớn
気温 (きおん)	air temperature / 气温 / nhiệt độ
青空 (あおぞら)	blue sky / 蓝天 / bầu trời xanh
虹 (にじ)	rainbow / 彩虹 / cầu vồng
夜空 (よぞら)	night sky / 夜空 / bầu trời đêm
滝 (たき)	waterfall / 瀑布 / thác nước
温泉 (おんせん)	hot spring / 温泉 / suối nước nóng
土 (つち)	soil / 土 / đất
芽 (め)	bud / 芽 / mầm cây
海岸 (かいがん)	seashore / 海岸 / bờ biển
砂漠 (さばく)	desert / 沙漠 / sa mạc
国立公園 (こくりつこうえん)	national park / 国立公园 / công viên quốc gia
半島 (はんとう)	peninsula / 半岛 / bán đảo

色
いろ

Colors / 颜色 / Màu sắc

ピンク	pink / 粉红色 / màu hồng
オレンジ	orange / 橘色 / màu cam
グレー	gray / 灰色 / màu xám
紫 むらさき	purple / 紫色 / màu tím
金 きん	gold / 金色 / màu vàng kim
銀 ぎん	silver / 银色 / màu bạc
黄緑 きみどり	yellowish green / 黄绿色 / màu xanh lá mạ
水色 みずいろ	light blue / 天蓝色 / màu xanh nước biển
紺 こん	dark blue / 深蓝色 / màu xanh dương
ブラウン	brown / 咖啡色 / màu nâu
ゴールド	gold / 金色 / màu vàng đồng
シルバー	silver / 银色 / màu bạch kim
ネイビー	navy blue / 深蓝色 / màu xanh thủy thủ
ベージュ	beige / 米色 / màu kem
カーキ	khaki / 卡其色 / màu vải kaki

食べ物
Food / 食物 / Đồ ăn

キャベツ	cabbage / 卷心菜 / bắp cải
玉ねぎ	onion / 洋葱 / củ hành tây
トマト	tomato / 西红柿 / cà chua
かぼちゃ	pumpkin / 南瓜 / bí đỏ
とうもろこし	corn / 玉米 / bắp, ngô
にんにく	garlic / 大蒜 / tỏi
ぶどう	grape / 葡萄 / nho
もも	peach / 桃子 / đào
えび	shrimp / 虾 / tôm
たこ	octopus / 章鱼 / bạch tuộc
豆	bean / 豆 / đậu
豆腐	tofu / 豆腐 / đậu hũ
チーズ	cheese / 奶酪 / phô-mai
ピザ	pizza / 比萨 / bánh pizza
からあげ	Japanese-style fried chicken / 炸鸡 / gà tẩm bột chiên
うどん	udon noodles / 乌冬面 / mì udon

家族・家
かぞく・いえ

Family & Home / 家人・家 / Gia đình - Nhà cửa

祖父母 そふぼ	grandparents / 祖父母 / ông bà
孫 まご	grandchild / 孙子, 孙女 / cháu
いとこ	cousin / 表兄弟姐妹 / anh chị em họ /
親戚 しんせき	relative / 亲戚 / người thân, họ hàng
主人 しゅじん	husband / 一家之主 / chồng
家内 かない	wife / 夫人, 妻子 / vợ
家庭 かてい	home, household / 家庭 / gia đình
ぬいぐるみ	stuffed animal, plush toy / 玩偶 / thú nhồi bông
マグカップ	mug / 马克杯 / ca, cốc
階段 かいだん	stairs / 楼梯 / cầu thang
バスルーム	bathroom / 浴室 / phòng tắm
フローリング	wood floor(ing) / 木地板 / sàn nhà
スイッチ	(light) switch / 开关 / công tắc
マンション	condominium, apartment (building) / 公寓 / chung cư
ごみ袋 ぶくろ	garbage bag / 垃圾袋 / bao rác
冷凍庫 れいとうこ	refrigerator / 冷冻库 / tủ lạnh
まくら	pillow / 枕头 / cái gối

学校・留学
がっこう　りゅうがく

School & Study Abroad / 学校・留学 / Trường học - Du học

先輩 せんぱい	upperclassman, student in higher class / 前辈 / đàn anh đàn chị
クラスメート	classmate / 同班同学 / bạn cùng lớp
ホストファミリー	host family / 寄宿家庭 / gia chủ, chủ nhà
家庭教師 かていきょうし	in-home tutor / 家教 / gia sư
専門 せんもん	specialty / 专门 / chuyên môn
工学 こうがく	engineering / 工程学 / ngành kỹ thuật công nghiệp
医学 いがく	medicine / 医学 / ngành y
経済学 けいざいがく	economics / 经济学 / ngành kinh tế
研究[する] けんきゅう	research, do research / 研究[做研究] / sự nghiên cứu, nghiên cứu
保育園 ほいくえん	nursery school / 托儿所 / nhà trẻ
大学院 だいがくいん	graduate school / 研究院 / cao học
塾 じゅく	cram school, private classes / 补习班 / trung tâm luyện thi
入試／入学試験 にゅうし　にゅうがくしけん	school entrance exam / 入学考试 / thi tuyển sinh / kỳ thi tuyển sinh đầu vào
卒業生 そつぎょうせい	graduate / 毕业生 / học sinh / sinh viên tốt nghiệp
シャーペン／ シャープペンシル	mechanical pencil / 自动铅笔 / bút chì bấm
ジェスチャー	gesture / 手势 / cử chỉ

確認しよう！
かくにん

副詞
ふくし

Adverbs / 副词 / Phó từ

これらはこの本で出てきた重要な副詞です。わからないものがあったら、調べてみましょう。

These are important adverbs that appear in this book. Be sure to look up the meaning of the ones you don't know. / 这些是出现在此书中重要的单词。如果有不懂的单词，请务必查询。/ Đây là những phó từ quan trọng xuất hiện trong quyển sách này. Nếu có từ không hiểu, bạn hãy thử tra nhé.

一体 いったい	そろそろ	他に ほか
大勢 おおぜい	そんなに	ほとんど
必ず かなら	大体 だいたい	まず
きっと	例えば た	まだ
けっこう	誰か だれ	もう
最近 さいきん	ちょうど	もうすぐ
さっき	次に つぎ	もし
しっかり	できるだけ	もちろん
しばらく	特に とく	もっと
ずいぶん	どんどん	やっと
ずっと	なかなか	やっぱり
全然 ぜんぜん	初めに はじ	よく

動詞の活用

Verb Conjugations / 动词的应用 / Chia động từ

グループ分けや活用ルールの例外になるものに注意しましょう。

Take note of the various verb groupings and exceptions to conjugation rules. / 请注意分类和应用规则的例外。 / Hãy lưu ý những từ là ngoại lệ trong các nhóm và qui tắc chia động từ.

*例外　exception / 例外 / ngoại lệ

iる・eる

	グループ	活用形
減る	（1＊）	減ります 減って
参る	（1＊）	参ります

～iます

落ちます	（2＊）	落ちて
生きます	（2＊）	生きて

敬語　*Honorifics/Humble expression*

おっしゃる	（1）	おっしゃいます＊ おっしゃって
いらっしゃる	（1）	いらっしゃいます＊ いらっしゃって
なさる	（1）	なさいます＊ なさって

接辞と複合語
せつじ ふくごうご

Suffix & Compound Words / 接续词与复合词 / Hậu tố và Từ ghép

名詞 Noun ＋ 接尾辞 Suffix
めいし　　　　　せつびじ

高校（こうこう）	＋	生（せい）
研究（けんきゅう）	＋	者（しゃ）
コピー	＋	機（き）
キャンセル	＋	料（りょう）
電気（でんき）	＋	代（だい）
美術（びじゅつ）	＋	館（かん）
保険（ほけん）	＋	証（しょう）

名詞 Noun ＋ 名詞 Noun
めいし　　　　　めいし

運動（うんどう）	＋	会（かい）
入学（にゅうがく）	＋	式（しき）
携帯（けいたい）	＋	電話（でんわ）
卒業（そつぎょう）	＋	論文（ろんぶん）
電子（でんし）	＋	マネー
天気（てんき）	＋	予報（よほう）
安全（あんぜん）	＋	運転（うんてん）

動詞 Verb・形容詞 Adjective ＋ 動詞 Verb
どうし　　けいようし　　　　　どうし

走ります（はし）	＋	始める（はじ）	→	走り始める（はし　はじ）
見ます（み）	＋	終わる（お）	→	見終わる（み　お）
食べます（た）	＋	続ける（つづ）	→	食べ続ける（た　つづ）
多い（おお）	＋	過ぎる（す）	→	多過ぎる（おお　す）

195

他動詞と自動詞
たどうし じどうし

Transitive Verbs & Intransitive Verbs / 他动词与自动词 / Tha động từ và Tự động từ

他動詞 Transitive Verb	自動詞 Intransitive verb
ドアを 閉める (2) 閉めます　閉めて　閉めない	ドアが 閉まる (1) 閉まります　閉まって　閉まらない
髪型を 変える (2) 変えます　変えて　変えない	髪型が 変わる (1) 変わります　変わって　変わらない
予定を 決める (2) 決めます　決めて　決めない	予定が 決まる (1) 決まります　決まって　決まらない
鍵を かける (2) かけます　かけて　かけない	鍵が かかる (1) かかります　かかって　かからない
財布を 見つける (2) 見つけます　見つけて　見つけない	財布が 見つかる (1) 見つかります　見つかって　見つからない
温度を 上げる (2) 上げます　上げて　上げない	温度が 上がる (1) 上がります　上がって　上がらない
練習を 続ける (2) 続けます　続けて　続けない	練習が 続く (1) 続きます　続いて　続かない
荷物を 届ける (2) 届けます　届けて　届けない	荷物が 届く (1) 届きます　届いて　届かない

腕時計を **直す**（1） 直します　直して　直さない	腕時計が **直る**（1） 直ります　直って　直らない
財布を **落とす**（1） 落とします　落として 落とさない	財布が **落ちる**（2） 落ちます　落ちて　落ちない
お湯を **沸かす**（1） 沸かします　沸かして 沸かさない	お湯が **沸く**（1） 沸きます　沸いて　沸かない
いすを **壊す**（1） 壊します　壊して　壊さない	いすが **壊れる**（2） 壊れます　壊れて　壊れない
電気を **消す**（1） 消します　消して　消さない	電気が **消える**（2） 消えます　消えて　消えない
水を **出す**（1） 出します　出して　出さない	水が **出る**（2） 出ます　出て　出ない
本を **入れる**（2） 入れます　入れて　入れない	本が **入る**（1） 入ります　入って　入らない
肉を **焼く**（1） 焼きます　焼いて　焼かない	肉が **焼ける**（2） 焼けます　焼けて　焼けない

品詞の変化
ひんし へんか

Conjugation / 词类的变化 / Sự thay đổi của từ loại

動詞 Verb　グループ　→　**名詞 Noun**

動詞	グループ	名詞
片付ける	(2)	片付け
踊る	(1)	踊り
答える	(2)	答え
乗り換える	(2)	乗り換え
引っ越す	(1)	引っ越し
飾る	(1)	飾り
帰る	(1)	帰り

形容詞 Adjective　→　**名詞 Noun**

大きい　　　　　　大きさ
広い　　　　　　　広さ

遠い　　　　　　　遠く
茶色い　　　　　　茶色

心配な　　　　　　心配［する］
無理な　　　　　　無理［する］

形容詞 Adjective　→　**副詞 Adverb**

すごい　　　　　　すごく
遅い　　　　　　　遅く（まで）
自由な　　　　　　自由に

索引
さくいん

Index / 索引 / Mục lục tra cứu

※覚…「覚えよう」

読み	単語	単語番号
あ		
アーティスト		覚p.188
あいさつ[する]		781
アイス(クリーム)		136
あいだ	間	779
アイドル		1002
あう	合う	130
あおぞら	青空	覚p.189
あおもり	青森	797
アカウント		856
あかちゃん	赤ちゃん	679
あがる	上がる	1004
あく	空く	723
アクセサリー		381
あげる	上げる	24
あご		覚p.187
あじ	味	175
アジア		187
あしくび	足首	覚p.187
あたま(が)いい	頭(が)いい	883
あっ		139
あつい	厚い	587
あったかい		81
あつまる	集まる	531
あつめる	集める	534
アプリ		861
アメフト		覚p.186
アメリカ		235
あやまる	謝る	917
アラーム		244
アルコール		94
アルバイト[する]		897
あんしょうばんごう	暗証番号	93
あんしん[する]	安心[する]	683
あんぜんうんてん	安全運転	496
あんぜんな	安全な	602
あんな		642
あんない[する]	案内[する]	511
あんなに		698
い		
イースポーツ	eスポーツ	覚p.186
〜いか	〜以下	616
〜いがい	〜以外	426
いがく	医学	覚p.193
〜いき	〜行き	428
いき	行き	494
いきる	生きる	822
いけ	池	791
いけない		673
いけん[する]	意見[する]	1006
いし	石	601
〜いじょう	以上	282
いじょうです	以上です	984
いそぐ	急ぐ	455
いたす		487
いただく (receive)	頂く	832
いただく (eat)	頂く	1018
いちご		47
いちど	一度	176
いちねんじゅう	一年中	656

199

索引　さくいん

いっしょうけんめい	一生懸命	207
いったい	一体	893
いってきます	行ってきます	3
いつでも		711
いってらっしゃい	行ってらっしゃい	1
いっぱい		17
いとこ		覚p.192
～いない	以内	283
いなか	田舎	306
いやな	嫌な	409
イラスト		535
いらっしゃいませ		100
いらっしゃる		957
いりぐち	入口	126
いれる	入れる	30
いろんな		654
インスタントラーメン		614
インターネット		57
インドネシア		578
インフルエンザ		388

う

ウイスキー		87
うえる	植える	655
うかがう (ask)	伺う	954
うかがう (come)	伺う	982
うけつけ	受付	564
うける	受ける	252
うごく	動く	702
うし	牛	824
うすい	薄い	7
うそをつく		996
うつ (hit)	打つ	727
うつ (operate)	打つ	900
うつくしい	美しい	526
うつす (infect)		392
うつす (copy)	写す	875
うつる (become infected)		379
うつる (appear)	写る	915
うで	腕	387
		覚p.187
うでどけい	腕時計	101
うどん		覚p.191
うまい (tasty)		117
うまい (good at)		213
うまくいく		1005
うまれる	生まれる	889
うめ	梅	688
うら	裏	913
うりば	売り場	88
うるさい		866
うれしい		274
うわぎ	上着	9
うんてん[する]	運転[する]	584
うんてんしゅ	運転手	551
うんどう[する]	運動[する]	258
うんどうかい	運動会	205

え

エアコン		23
えきいん	駅員	457
えきまえ	駅前	337
エジプト		812
エスエヌエス	SNS	854
エスカレーター		466
えはがき	絵はがき	532
えび		覚p.191
えらぶ	選ぶ	868
えんりょ[する]	遠慮[する]	804

お

おおあめ	大雨	覚p.189
おおきさ	大きさ	116
おおきな	大きな	942
オーケストラ		覚p.188
おおぜい	大勢	542
おかえり(なさい)	お帰り(なさい)	34
おかげさまで		399
おかしい		860

～おき		453
おきゃくさま	お客様	111
おきゃくさん	お客さん	109
おきる	起きる	623
おく	億	961
おくさま	奥さま	1017
おくさん	奥さん	813
おくじょう	屋上	346
おくる	送る	834
～おくれ	～遅れ	450
おくれる	遅れる	451
おげんきで	お元気で	480
おこさん	お子さん	396
おこす	起こす	42
おこなう	行う	933
おこめ	お米	561
おこる	怒る	216
おさら	お皿	4
おじ		798
おじいちゃん		828
おしいれ	押し入れ	15
おしはらい	お支払い	90
おじゃまします		780
おしょうがつ	お正月	796
おしらせ	お知らせ	193
おしり	お尻	694
		覚p.187
おす	押す	955
おせんべい		669
おそくなる	遅くなる	1011
おそくまで	遅くまで	63
おだいじに(してください)	お大事に(してください)	420
おたく	お宅	1015
おちる	落ちる	459
おつかれさま(です)	お疲れさま(です)	1012
おっしゃる		1007
おっと	夫	1034
おつり	お釣り	112
おてあらい	お手洗い	792
おでかけ[する]	お出かけ[する]	666
おでこ		覚p.187
おてら	お寺	489
おと	音	638
おとす	落とす	324
おととし		316
おどり	踊り	204
おどる	踊る	857
おどろく	驚く	999
おなか		覚p.187
おにぎり		952
おねがい[する]	お願い[する]	183
おねがいします	お願いします	25
おば		800
おばあちゃん		829
おはなみ	お花見	645
オペラ		覚p.188
おまつり	お祭り	332
おまわりさん	お巡りさん	358
おみまい	お見舞い	414
おみやげ	お土産	562
おめでとう(ございます)		831
おもいだす	思い出す	568
おもう	思う	69
おもちゃ		668
おもて	表	956
おや	親	237
おやゆび	親指	423
おゆ	お湯	31
おる (snap)	折る	672
おる (be)		922
おれ	俺	949
おれい[する]	お礼[する]	1029
おれる	折れる	404
オレンジ		覚p.190

201

索引 さくいん

おわり	終わり	269
～おわる	～終わる	41
おんがくか	音楽家	853
おんせん	温泉	覚p.189

か

カーキ		覚p.190
カーテン		380
カード		91
カードがいしゃ	カード会社	328
ガーナ		576
～かい	～会	774
かいがいりょこう	海外旅行	574
かいがん	海岸	覚p.189
かいぎ[する]	会議[する]	978
かいぎしつ	会議室	972
がいこくご	外国語	256
かいじょう	会場	257
かいだん	階段	覚p.192
かいちゅうでんとう	懐中電灯	54
かいわ[する]	会話[する]	863
カウンター		565
かえり	帰り	495
かえる	変える	165
かおがあおい	顔が青い	497
がか	画家	覚p.188
かがく	科学	998
かかってくる		837
かがみ	鏡	725
かかる (hang)		573
かかる (be locked)		802
かぎ	鍵	491
がくぶ	学部	265
かける (put on)		12
かける (sit)		325
かける (make worry)		402
かける (lock)		492
かける (hang)		789
かざり	飾り	570
かざる	飾る	571
かじ	火事	928
かしこまりました		96
ガス		77
ガソリン		169
かた	肩	覚p.187
かたい	硬い	986
かたち	形	291
かたづけ	片付け	478
かたづける	片付ける	75
かちょう	課長	1019
かつ	勝つ	729
がっか	学科	281
がっき	楽器	覚p.188
かっこいい		753
かっこわるい	かっこ悪い	859
かてい	家庭	覚p.192
かていきょうし	家庭教師	覚p.193
かない	家内	覚p.192
かなしい	悲しい	376
かならず	必ず	194
かのじょ	彼女	709
かびん	花瓶	788
カフェ		347
かぶき	歌舞伎	覚p.188
かべ	壁	572
かぼちゃ		覚p.191
かみ	髪	884
かみがた	髪型	163
かむ		422
かよう	通う	247
からあげ		覚p.191
カラオケ		1031
ガラス		569
からだにいい	体にいい	86
からて	空手	717
かるい	軽い	405
かれ	彼	294

かれら	彼ら	1003
カレンダー		706
～がわ	～側	516
かわいい		678
かわく	渇く	606
かわる	変わる	885
～かん (for ~)	～間	390
かん	缶	465
かんがえる	考える	292
かんけい	関係	908
かんけいがある	関係がある	425
かんたんな	簡単な	979
がんばる		253

き

きえる	消える	53
きおん	気温	覚p.189
きかい	機械	997
～きがする	～気がする	743
きがつく	気がつく	473
きけんな	危険な	621
きこえる	聞こえる	639
きせつ	季節	593
きそく	規則	903
きたぐち	北口	342
きたない	汚い	772
きつい		699
きっさてん	喫茶店	663
きっと		543
きっぷうりば	切符売り場	442
きびしい	厳しい	907
きぶん (mood)	気分	377
きぶん (feeling)	気分	1024
きまる	決まる	284
きみ	君	1023
きみどり	黄緑	覚p.190
きめる	決める	154
きもち	気持ち	940
きもち(が)いい	気持ち(が)いい	633
きもち(が)わるい (nauseous)	気持ち(が)悪い	500
きもち(が)わるい (gross)	気持ち(が)悪い	505
きもの	着物	490
きゃく	客	110
キャベツ		覚p.191
キャンセル[する]		540
キャンセルりょう	キャンセル料	541
きゅうこう	急行	435
ぎゅうどん	牛丼	953
きゅうに	急に	385
ぎゅうにく	牛肉	991
きょういく[する]	教育[する]	266
きょうかい	教会	794
きょうみ	興味	778
～キロ(グラム)		419
～キロ(メートル)		583
きん	金	覚p.190
ぎん	銀	覚p.190
きんじょ	近所	302
～く	～区	360
ぐあい	具合	398
くうき	空気	307
くうこう	空港	518

く

クッキー		60
くび	首	371
		覚p.187
くも	雲	790
くもり	曇り	覚p.189
くもる (become cloudy)	曇る	595
くもる (fog)	曇る	770
くやくしょ	区役所	446
クラシック		覚p.188
グラス		843
クラスメート		覚p.193
～グラム		62

索引　さくいん

グリーン		181
クリケット		758
クリスマス		43
グレー		覚p.190
くれる		816
クローゼット		19
〜くん	〜君	191

け

けいかく[する]	計画[する]	703
けいけん[する]	経験[する]	582
けいざいがく	経済学	覚p.193
けいさつ	警察	355
けいたい(でんわ)	携帯(電話)	353
ケーキ		48
ゲーム		865
けが[する]		415
けしき	景色	527
けしゴム	消しゴム	190
ケチャップ		13
けっこう		609
けっこんしき	結婚式	793
けっして	決して	620
ケニア		173
ける	蹴る	覚p.186
〜けん	〜券	1030
げんいん	原因	1022
けんか[する]		196
げんかん	玄関	55
けんきゅう[する]	研究[する]	覚p.193
けんきゅうしつ	研究室	278
けんきゅうしゃ	研究者	967
けんこうほけんしょう	健康保険証	370
けんどう	剣道	覚p.186

こ

こ	子	680
ご〜		510
こい	濃い	180
こいぬ	子犬	421
こう		741
こうがく	工学	覚p.193
こうこう	高校	263
こうこうせい	高校生	846
こうさてん	交差点	345
〜ごうしつ	〜号室	509
こうじょう	工場	960
こうちょう(せんせい)	校長(先生)	224
こうつう	交通	300
こうどう	講堂	254
こうばん	交番	312
こうよう	紅葉	628
こえ	声	850
コース(りょうり)	コース(料理)	106
コート		10
ゴールド		覚p.190
こくさい	国際	267
こくさいけっこん[する]	国際結婚[する]	814
こくばん	黒板	227
こくりつこうえん	国立公園	覚p.189
こころ	心	1028
ござる		514
ごしゅじん	ご主人	819
こしょう[する]	故障[する]	912
こぜに	小銭	653
こたえ	答え	228
こたえる	答える	296
こと	事	881
ことり	小鳥	677
このあいだ	この間	352
このぐらい		166
このごろ	この頃	713
このへん	この辺	333
コピーき	コピー機	911
こまかい	細かい	977
こまる	困る	354

ごみ		72
ごみばこ	ごみ箱	71
ごみぶくろ	ごみ袋	覚p.192
こむ	混む	468
(お)こめ	(お)米	561
ごらんください	ご覧ください	208
ごらんになる	ご覧になる	1000
ゴルフ		759
これから		477
こわい	怖い	364
こわす	壊す	916
こわれる	壊れる	102
こん	紺	覚p.190
コンサート		覚p.188
コンテスト		255
こんど	今度	99
こんな		560
こんなに		603
コンビニ		158
コンピュータ		966

さ

さあ		888
サービス		523
サーフィン		641
さいきん	最近	168
サイクリング		923
さいご	最後	206
さいごに	最後に	738
さいしゅうでんしゃ	最終電車	434
さいしょ	最初	701
サイト		877
さいふ	財布	323
さがす	探す	356
さがる	下がる	171
さきに	先に	839
さく	咲く	644
さくぶん	作文	285
さげる	下げる	394

さしみ		845
さす	差す	472
さっき		659
さばく	砂漠	覚p.189
さびしい		221
～さま	～様	515
(お)さら	(お)皿	4
さらいげつ	再来月	575
さらいしゅう	再来週	502
さらいねん	再来年	481
サラダ		84
さわぐ	騒ぐ	805
さわる	触る	373
さんかく	三角	870
サンダル		637
サンドイッチ		150
ざんねんな	残念な	539

し

～し	～市	359
じ	字	811
しあい	試合	718
ジェスチャー		覚p.193
しかた	仕方	939
しかる	叱る	918
しき	式	932
しけん	試験	251
じこ	事故	622
じこしょうかい[する]	自己紹介[する]	712
じしん	地震	927
した	舌	覚p.187
じだい	時代	879
したぎ	下着	383
しっかり		936
しっぱい[する]	失敗[する]	293
しつもん[する]	質問[する]	230
しつれい[する]	失礼[する]	818
じてん	辞典	882

索引　さくいん

じどうはんばいき	自動販売機	651
しなもの	品物	898
しぬ	死ぬ	375
(お)しはらい	(お)支払い	90
しばらく		611
じはんき	自販機	651
じぶんで	自分で	246
しま	島	598
しまる	閉まる	432
(スポーツ)ジム		690
じむしょ	事務所	921
しめる	閉める	50
シャープペンシル		覚p.193
シャーペン		覚p.193
しゃかい	社会	268
じゃがいも		145
しやくしょ	市役所	351
ジャズ		848
しゃちょう	社長	931
じゃまな		348
ジャム		155
ジャンプ[する]		覚p.186
シャンプー		517
しゅう	週	485
〜じゅう	〜中	629
しゅうがくりょこう	修学旅行	544
しゅうかん	習慣	721
じゅうしょ	住所	326
シューズ		771
しゅうでん	終電	434
じゅうでんき	充電器	36
じゅうどう	柔道	264
じゆうに	自由に	530
しゅうに〜かい	週に〜回	691
じゅうぶんな	十分な	980
しゅうまつ	週末	460
じゅく	塾	覚p.193
しゅじん	主人	覚p.192

しゅっせき[する]	出席[する]	970
しゅっぱつ[する]	出発[する]	431
しゅみ	趣味	776
じゅんび[する]	準備[する]	476
しょうかい[する]	紹介[する]	985
しょうがくせい	小学生	199
(お)しょうがつ	(お)正月	796
しょうがっこう	小学校	223
しょうせつ	小説	664
しょうせつか	小説家	847
しょうたい[する]	招待[する]	1016
じょうぶな	丈夫な	631
しょうゆ		14
しょうらい	将来	210
ジョギング[する]		658
しょくじ[する]	食事[する]	135
じょせい	女性	513
しょどう	書道	覚p.188
しらせる	知らせる	624
しらべる	調べる	189
(お)しり	(お)尻	694
		覚p.187
シルバー		覚p.190
しんかんせん	新幹線	463
じんこう	人口	483
じんじゃ	神社	331
しんせき	親戚	覚p.192
しんせつな	親切な	357
しんぱい[する]	心配[する]	401

す

すいえい	水泳	200
すいせんじょう	推薦状	238
スイッチ		覚p.192
すいどう	水道	78
ずいぶん		273
スイミング		覚p.186
すうがく	数学	277
スーツ		950

スーツケース		125
〜すぎ		2
スキー		763
すきーじょう	スキー場	762
〜すぎる		469
すく	空く	308
スクリーン		990
スケート		覚p.186
すごい		250
すごく		8
すすむ	進む	946
スタッフ		708
ずっと		275
ステーキ		133
ステージ		覚p.188
すてる	捨てる	73
ストーブ		835
ストレッチ[する]		739
すな	砂	636
スナック		162
スノーボード		764
スノボ		765
すばらしい	素晴らしい	229
スペイン		862
スポーツクライミング		覚p.186
スポーツジム		690
スマートフォン		37
スマホ		37
スライド		987
スリッパ		782
する		44

せ

せいかつ[する]	生活[する]	79
せいこう[する]	成功[する]	290
せいと	生徒	545
せかい	世界	964
せかいじゅう	世界中	851
せがたかい	背が高い	768
せがひくい	背が低い	767
せき	席	108
せっけん		68
セット		134
せつめい[する]	説明[する]	963
せなか	背中	386 覚p.187
せわ[する]	世話[する]	657
〜せん	〜線	449
せん	線	751
ぜんぜん	全然	585
せんそう[する]	戦争[する]	547
せんたくき	洗濯機	49
〜センチ(メートル)		167
せんぱい	先輩	覚p.193
(お)せんべい		669
せんもん	専門	覚p.193
そう		549
そうじき	掃除機	70
そうしたら		52
そうだん[する]	相談[する]	234
そつぎょう[する]	卒業[する]	807
そつぎょうしき	卒業式	217
そつぎょうせい	卒業生	覚p.193
そつぎょうろんぶん	卒業論文	280

そ

そふ	祖父	821
ソフト(ウェア)		876
そふぼ	祖父母	覚p.192
そぼ	祖母	533
そら	空	607
そる		902
それほど		722
そろそろ		817
そんな		674
そんなに		454

207

索引　さくいん

た

たい		313
～だい	～代	76
ダイエット[する]		715
だいがくいん	大学院	覚p.193
たいしかん	大使館	314
だいじな	大事な	734
だいたい	大体	249
たいてい		424
だいどころ	台所	785
タイプ		1001
だいぶ		400
たいふう	台風	537
たいよう	太陽	覚p.189
たいわん	台湾	179
たおれる	倒れる	418
だから		896
たき	滝	覚p.189
たくはいびん	宅配便	563
たこ		覚p.191
だす	出す	239
たずねる	訪ねる	799
ただ		864
ただいま		33
ただしい	正しい	938
たたみ	畳	787
たっきゅう	卓球	覚p.186
たったいま	たった今	660
たて	縦	974
～だて	～建て	344
たてる (make a plan)	立てる	704
たてる (stand)	立てる	740
たとえば	例えば	397
たな	棚	74
たのしみ	楽しみ	488
たのしみにして(い)ます	楽しみにして(い)ます	820
たのむ (order)	頼む	149
たのむ (ask)	頼む	944
タブレット		177
たまねぎ	玉ねぎ	覚p.191
だめな		215
だれか	誰か	617
ダンス[する]		700
だんせい	男性	512
だんなさん		815
だんぼう	暖房	82

ち

ち	血	372
ちいさな	小さな	330
チーズ		覚p.191
チームメート		覚p.186
チェック[する]		1014
ちか	地下	89
ちがう	違う	218
ちから	力	695
チキン		46
チケット		覚p.188
ちっとも		810
ちゃいろ	茶色	6
ちゃいろい	茶色い	5
チャレンジ[する]		769
ちゃわん	茶わん	559
～ちゃん		209
チャンネル		842
～ちゅう	～中	689
ちゅうい[する] (attention)	注意[する]	618
ちゅうい[する] (caution)	注意[する]	924
ちゅうがく	中学	220
ちゅうがくせい	中学生	259
ちゅうがっこう	中学校	219
ちゅうし[する]	中止[する]	538
～ちょう	～町	525

ちょうど		529
ちょうどいい		592
チョコ(レート)		161
ちょっと		910

つ

～つき	～月	1008
つき	月	486
つぎに	次に	736
つきに～かい	月に～回	692
つく		649
つける (give)		144
つける (dip)		558
つごうがいい	都合がいい	1032
つごうがわるい	都合が悪い	1033
つたえる	伝える	958
つたわる	伝わる	941
つち	土	覚p.189
つづく	続く	482
～つづける	～続ける	867
つづける	続ける	720
つつむ	包む	156
つま	妻	1035
つまらない		909
つめ	爪	覚p.187
つれていく	連れて行く	366
つれてくる	連れてくる	806
つれる	連れる	681

て

ティーシャツ	Tシャツ	754
ていねいな	丁寧な	1027
テキスト		288
できる		339
できるだけ		730
できれば		157
でぐち	出口	445
てくび	手首	覚p.187
デザイン		覚p.188
テスト[する]		286
てつだう	手伝う	784
てぶくろ	手袋	456
(お)てら	(お)寺	489
でる (flow)	出る	51
でる (participate)	出る	719
でる (come out)	出る	948
～てん	～点	726
てんいん	店員	138
でんきや	電器屋／電気屋	336
てんきよほう	天気予報	894
でんしじしょ	電子辞書	287
でんしマネー	電子マネー	652
てんちょう	店長	904
てんぷら		35
ドイツ		755

と

どういういみ	どういう意味	895
どうが	動画	840
どうぐ	道具	775
とうふ	豆腐	覚p.191
どうぶつえん	動物園	503
とうもろこし		覚p.191
とおく	遠く	634
とおり	通り	311
とおる	通る	350
～とか		123
とくに (in particular)	特に	261
とくに (especially)	特に	470
とくべつな	特別な	427
どこか		322
どこでも		643
とざん	登山	覚p.186
とし (age)	年	716
とし (year)	年	890
どちらも		185
とっきゅう	特急	438

索引 さくいん

どっちも		184
とどく	届く	56
とどける	届ける	458
どにち	土日	589
トマト		覚p.191
とまる	泊まる	567
とめる (cancel)	止める	329
とめる (park)	止める	417
とめる (let someone stay)	泊める	830
とりにく	鶏肉	555
とる	取る	382
ドレス		795
どろぼう	泥棒	363
どんどん		886

な

なおす (cure)	治す	411
なおす (correct)	直す	973
なおる (be fixed)	直る	103
なおる (heal)	治る	406
なかなか		745
なく (chirp)	鳴く	625
なく (cry)	泣く	686
なくす	無くす	192
なくなる (be lost)	無くなる	548
なくなる (die)	亡くなる	891
なげる	投げる	739
なごや	名古屋	461
なさる		107
なっとう	納豆	85
なにか	何か	160
なにも	何も	262
ならぶ	並ぶ	97
ならべる	並べる	899
なる	鳴る	245
なるべく		925
なれる	慣れる	299
なんか		742

なんでも		27
なんども	何度も	410

に

にがい	苦い	395
にげる	逃げる	756
にじ	虹	覚p.189
にしぐち	西口	341
〜について		188
にっき	日記	566
にゅういん[する]	入院[する]	412
にゅうがく[する]	入学[する]	836
にゅうがくしき	入学式	646
にゅうがくしけん	入学試験	覚p.193
にゅうし	入試	覚p.193
にゅうしゃしき	入社式	930
にる	似る	761
にんき	人気	852
にんぎょう	人形	66
にんじん		146
にんにく		覚p.191

ぬ

ぬいぐるみ		覚p.192
ぬすむ	盗む	365
ネイビー		覚p.190
ネクタイ		129

ね

ねだん	値段	170
ねつ	熱	368
ねっしんな	熱心な	935
(インター)ネット		57
ねぼう[する]	寝坊[する]	243
ねむい	眠い	201
ねむたい	眠たい	202
ねむる	眠る	64
〜ねんせい	〜年生	203

の

のうか	農家	823

のこる	残る	508
〜のさいは	〜の際は	519
のど		369
〜のとおり	〜の通り	945
のりおくれる	乗り遅れる	433
のりかえ	乗り換え	439
のりかえる	乗り換える	430
のりもの	乗り物	498

は

は	葉	556
ばあい	場合	869
〜ばい	〜倍	995
ハイキング		608
バイク		416
はいしゃ	歯医者	408
(アル)バイト[する]		897
はいる (be inside)	入る	18
はいる (join)	入る	279
はくぶつかん	博物館	覚p.188
はこぶ	運ぶ	786
はじめ	初め	242
はじめに	初めに	735
はじめ(は)	初め(は)	685
〜はじめる	〜始める	750
ばしょ	場所	665
はずかしい	恥ずかしい	474
バスケ(ットボール)		260
バスてい	バス停	334
パスポート		315
バスルーム		覚p.192
バター		61
はつおん[する]	発音[する]	272
はっきり		989
はっぱ	葉っぱ	648
バドミントン		773
はなし	話	226
バナナ		83
(お)はなみ	(お)花見	645
パパ		671
はやく	早く	153
はやし	林	626
はらう	払う	186
はる	貼る	361
はれ	晴れ	覚p.189
バレエ		覚p.188
バレー(ボール)		766
はれる	晴れる	596
ハワイ		317
〜ばん	〜番	444
ハンカチ		182
ばんぐみ	番組	40
はんたい[する]	反対[する]	295
パンツ		647
バンド		841
はんとう	半島	覚p.189
ハンバーガー		142
ハンバーグ		122
パンフレット		520
はんぶん	半分	697

ひ

ひ (flame)	火	615
ひ (day)	日	705
ビール		118
ひえる	冷える	120
ひがしぐち	東口	340
ひかり	光	605
ひかる	光る	627
ひきだし	引き出し	38
ひく		367
ひげ		901
ひざ		650
		覚p.187
ピザ		577
ピザ		覚p.191
ひじ		覚p.187
ビジネス		965

211

索引　さくいん

びじゅつかん	美術館	303
		覚p.188
ビタミン		733
ひだりがわ	左側	318
びっくりする		892
ひっこし[する]	引っ越し[する]	475
ひっこす	引っ越す	297
ひつような	必要な	301
ビデオ		858
ひどい		471
～びょう	～秒	696
ひらく	開く	969
ビル		338
ひるま	昼間	479
ひるやすみ	昼休み	951
ひろう	拾う	926
ひろさ	広さ	682
ひろしま	広島	808
ピンク		覚p.190

ふ

ふえる	増える	994
ふかい	深い	619
ふく	吹く	632
ふくおか	福岡	920
ふくしゅう[する]	復習[する]	289
ぶた	豚	825
ふだん	普段	809
ぶちょう	部長	971
ふつう	普通	874
ぶどう		覚p.191
ふとる	太る	714
ふとん	布団	827
ふね	船	635
ふむ	踏む	752
ブラウン		覚p.190
プラン		1013
フランス		276
ブランド		178
プレゼン(テーション)[する]		981
プレゼント[する]		115
フローリング		覚p.192
プロジェクト		962
ぶんか	文化	581
ぶんがく	文学	覚p.188
ぶんしょう	文章	231
ぶんぽう	文法	232

へ

ヘアスタイル		164
へえ		58
ベージュ		覚p.190
べつ	別	855
ペット		374
ペットボトル		724
へび		504
ベビーカー		349
へらす	減らす	744
ベル		929
ヘルシーな		731
へんじ[する]	返事[する]	1026
へんな	変な	914
へんぴん[する]	返品[する]	95

ほ

ほいくえん	保育園	覚p.193
ほう	方	447
ほうそう[する]	放送[する]	887
ほうほう	方法	1010
ボウリング		覚p.186
ボーナス		947
ほか	他	391
ほかに	他に	588
ぼく	僕	233
ボクシング		覚p.186
ポケット		667

(けんこう)ほけんしょう	(健康)保険証	370
ほし	星	604
ポスター		693
ホストファミリー		覚p.193
ホッケー		覚p.186
ほとんど		321
ほめる	褒める	1025
ほら		335
ほんだな	本棚	22

ま

マーク		871
マイバッグ		148
まいる	参る	959
まえ	前	546
まがる	曲がる	310
マグカップ		覚p.192
まくら		覚p.192
まける	負ける	757
まご	孫	覚p.192
まじめな	真面目な	934
マシン		710
まず		553
まずい		1009
マスク		393
まだ①		630
まだ②		662
まちがえる	間違える	436
(お)まつり	(お)祭り	332
まにあう	間に合う	452
ママ		670
まめ	豆	覚p.191
まよう	迷う	309
マラソン		覚p.186
まる	丸	707
まるい	丸い	676
まわる	回る	580
まんが	漫画	21
まんがか	漫画家	212
マンション		覚p.192
まんせき	満席	484
まんなか	真ん中	906

み

ミーティング[する]		968
みえる	見える	594
みがく	磨く	844
みかん		147
みぎがわ	右側	319
みずいろ	水色	覚p.190
みずうみ	湖	590
みつかる	見つかる	327
みつける	見つける	675
みどり	緑	591
みなさま	皆さま	524
みなと	港	506
みなみぐち	南口	343
(お)みまい	(お)見舞い	414
(お)みやげ	(お)土産	562
ミュージカル		覚p.188
〜ミリ(メートル)		976
ミルク		143
みんなで		687

む

むかえにいく	迎えにいく	838
むかし	昔	507
むこう	向こう	597
むし	虫	137
むすこ	息子	462
むすめ	娘	20
むね	胸	覚p.187
むら	村	579
むらさき	紫	131
		覚p.190
むり	無理	612

め

〜め	〜目	305

索引　さくいん

め	芽	覚p.189
～めいさま	～名様	105
めいぶつ	名物	557
～メートル		599
めずらしい	珍しい	174
めだまやき	目玉焼き	11
メッセージ		92
メニュー		132
メモ[する]		552

も

もう		298
もうしあげる	申し上げる	448
もうしわけありません	申し訳ありません	141
もうしわけございません	申し訳ございません	140
もうす	申す	919
もうすぐ		501
もし		413
もちろん		240
もっと		172
もどる	戻る	437
もの (things)	物	16
もの (formal noun)		522
もも (thigh)		覚p.187
もも (peach)	桃	覚p.191
もらう		521
もり	森	600

や

やきざかな	焼き魚	28
やきとり	焼き鳥	554
やきゅう	野球	760
やく	焼く	45
やくそく[する]	約束[する]	803
やくにたつ	役に立つ	983
やける	焼ける	613
やさいいため	野菜炒め	29
やさしい	優しい	225
やせる	痩せる	746
やった		728
やっと		640
やっぱり (on second thought)		151
やっぱり (just as I thought)		389
やはり		937
やまのぼり[する]	山登り[する]	586
やむ		610
やめる		747
やりかた	やり方	748
やる (do)		39
やる (be in business)		124
やわらかい		440

ゆ

(お)ゆ	(お)湯	31
ゆうがた	夕方	384
ゆうはん	夕飯	26
ゆうべ		362
ゆうめいじん	有名人	873
～ゆき	～行き	428
ゆしゅつ[する]	輸出[する]	992
ゆっくり		528
ゆっくり[する]		783
ゆにゅう[する]	輸入[する]	993
ゆび	指	403
		覚p.187
ゆびわ	指輪	114
ゆめ①	夢	65
ゆめ②	夢	211

よ

よう(じ)	用(事)	943
ようい[する]	用意[する]	241
ようしょく	洋食	121
ようふく	洋服	248
ヨーロッパ		320
ヨガ		777
よかったら		197
よく		119

よくなる	良くなる	407
よこ (next to)	横	467
よこ (horizontal)	横	975
よごれる	汚れる	67
よしゅう[する]	予習[する]	271
よぞら	夜空	覚p.189
よてい	予定	1020
よやく[する]	予約[する]	104
よる	寄る	159
よろこぶ	喜ぶ	464
よろしいでしょうか		1021
よわい	弱い	499

ら

ラーメン		98
ライン		749
らくな	楽な	441
ラグビー		684

り

りくじょう	陸上	覚p.186
リモコン		905
りゆう	理由	988
りゅうがく[する]	留学[する]	236
りよう[する]	利用[する]	429
りょうほう	両方	849
りょこうがいしゃ	旅行会社	536

る

ルームメート		378
るす	留守	801

れ

れいぞうこ	冷凍庫	覚p.192
れいぼう	冷房	80
れきし	歴史	550
レコード		878
レジ		127
レモン		732
れんらく[する]	連絡[する]	222

ろ

ろうか		214
ロック		880
ろんぶん	論文	270

わ

ワイシャツ		128
わかす	沸かす	32
わかれる (part)	別れる	661
わかれる (split up)	分かれる	737
わかれる (divorce)	別れる	872
わく	沸く	826
わけ	訳	198
わしょく	和食	152
わすれもの	忘れ物	493
わすれる	忘れる	113
わたしたち	私たち	443
わたす	渡す	195
わたる	渡る	304
わらう	笑う	833
ワンピース		59

著者 ●林 富美子（はやし ふみこ）

明治大学国際日本学部兼任講師、東京大学日本語教育センター非常勤講師。著書に『にほんご活用マスター』（アスク出版）、『BASIC KANJI WORKBOOK 使って、身につく！漢字×語彙2』（凡人社）、『日本語能力試験完全模試N1』（Jリサーチ出版）などがある。